સફળતા ની શોધ માં...

" મુસાફર " નાં સફર ની વાત

હર્ષ ઓડ (મુસાફર)

આ પુસ્તક, જેમ કે "સફળતા ની શોધ માં..." એ ભાવનાત્મક ઉલ્લાસ અને આધ્યાત્મિક ઊડાણનું પુસ્તક છે, જેઓ જીવનમાં ક્યારેય હારનો સ્વાદ ચાખ્યા છે, છતાં અપ્રતિમ દ્રઢતા સાથે સફળતાના માર્ગ પર આગળ વધ્યા છે તે બધાને સમર્પિત છે. આ પુસ્તકનું શીર્ષક માત્ર શબ્દોનો સંગ્રહ નથી, પરંતુ શાશ્વત પ્રવાસની ચોક્કસ વ્યાખ્યા છે - એક એવી યાત્રા જેમાં દરરોજ એક નવી તક, નવો સંઘર્ષ અને નવી સફળતા છે.

આ પુસ્તક મારા માતા-પિતા દેવિકાબેન અને પ્રભુભાઈ ને સમર્પિત છે, જેમણે મને જીવનમાં ક્યારેય થાકવાનું, ક્યારેય હાર ન માનવાનું અને દરેક પડકારને તક તરીકે જોવાનું શીખવ્યું. મારા માતા-પિતા મારા માટે માત્ર પરિવાર જ નથી, પરંતુ તેઓ મારા જીવનનો પ્રકાશ છે, જેઓ મને દરેક નિષ્ફળતામાંથી બહાર આવવા પ્રેરણા આપે છે. તેમના આદર અને પ્રેમ વિના, આ પ્રવાસ ક્યારેય શરૂ થયો ન હોત.

મારી માતા દેવિકા બેન - જેમણે મને મારા જીવનનું સત્ય શીખવ્યું, જેમણે મને ઓછાથી સંતુષ્ટ રહેવાનું શીખવ્યું, પરંતુ મારા સપનાને ક્યારેય મર્યાદિત ન કરવાનું શીખવ્યું. તેમણે મને મારા જીવનની દરેક મહત્વપૂર્ણ ક્ષણોમાં સહનશીલતા, સમજણ અને નિશ્ચય શીખવ્યો છે. આજે હું જે કંઈ છું તે મારી માતાના આદર્શનું પરિણામ છું.

મારા પિતા પ્રભુભાઈ – જેમણે મને સખત મહેનત કરવાનું શીખવ્યું અને જીવનમાં ક્યારેય હાર ન માની. તેમણે મને શીખવ્યું કે આપણે ગમે તેટલી મહેનત કરીએ, સફળતા કદાચ તરત ન મળે, પરંતુ તમે જે સફરમાં છો તે જ આપણી સાચી સફળતા છે. તેમના આદર્શને અનુસરીને જ હું મારું સ્વપ્ન સાકાર કરી શક્યો.

આ પુસ્તક એવા દરેક યુવાન માટે છે જેણે ક્યારેય નિર્માણ કરવાનું સપનું જોયું છે, પરંતુ વિશ્વની વાસ્તવિકતા અને સંજોગોની હારથી કંટાળી ગયો છે. જેઓ હાર પછી ઉભા થઈને પોતાના સપના માટે ફરી પ્રયાસ કરવાનું શીખ્યા છે.

આ પુસ્તક એવા લોકો માટે છે જેમણે પોતાનો રસ્તો જાતે બનાવ્યો છે, ક્યારેય હાર માની નથી અને દરરોજ એક નવી લડાઈ તરીકે જીવે છે. જેમણે પોતાના આંતરિક અંધકારમાંથી પ્રકાશ મેળવ્યો છે અને પોતાની અંદર એક નવી યાત્રા શરૂ કરી છે તેમના માટે.

આ પુસ્તક દરેક કાર્યકર, કર્મચારી, વિદ્યાર્થી અને સ્વપ્ન જોનાર માટે છે. તમારો રસ્તો ક્યારેક ઉબડખાબડ હોઈ શકે છે, રસ્તો ક્યારેય સરળ નહીં હોય, પરંતુ યાદ રાખો કે તમારી યાત્રા, તમારી પ્રતિબદ્ધતા અને તમારી દ્રઢતા તમને સફળતાની નજીક લઈ જશે.

"સફળતા ની શોધ માં..." એ માત્ર જીતવા ની લડાઈ નથી, પણ જીવન ને પ્રેમ કરવાની લડાઈ પણ છે...

સામગ્રી

સામગ્રી

સામગ્રી

23. સફળતા ની શોધ માં (કવિતા)   90

24. અંતિમ વિચાર   94

આવનારાં પુસ્તકો વિશે ...   101

પ્રસ્તાવના.

સફળતા ની વ્યાખ્યા બધાં વ્યક્તિ માટે અલગ અલગ હોય શકે,
સફળતા નું મૂલ્ય અને સ્વરૂપ અલગ હોય શકે...
કોઈ વ્યક્તિ, વસ્તુ કે પદ પ્રતિષ્ઠા પામવી સફળતા હોય શકે પરંતુ,

જીવન નો આ સફર ઘણીવાર અત્યંત અઘરો અને દુઃખદાયક હોય છે. જીવન માં અનેક અવરોધો અને મુશ્કેલી ઓ વેઠવી પડે છે, અને ત્યારે જીવન નું મહત્વ જાણવું અને આગળ વધવું સૌથી વધુ જરૂરી બની જાય છે. હું હર્ષ ઓડ , જેને "મુસાફર" તરીકે ઓળખવામાં આવે છે. આપણે જેમ જેમ જીવનની કઠિનાઈઓ નો સામનો કરવો પડે છે, તેમ તેમ આપણા આત્મા સુધી પહોંચી ને હાર ન માનવાની સંકલ્પની ગુંજ હંમેશા ઘૂંટી રહેવી જોઈએ.

મારું બાળપણ ગરીબી માં વિત્યું, જ્યાં સંતોષ નો ભ્રમ મનમાં જ રાખવો પડ્યો. જ્યારે હું મારા માતા-પિતા ને કામ કરતા જોઈ રહ્યો હતો, ત્યારે મને સખત પરિશ્રમ અને સંઘર્ષ ની મહેક અનુભવી. મારા માતા પિતા નાં તમામ સંઘર્ષી અને તેમના સિદ્ધાંતો હું ઉંમર સાથે જીવન માં ઉતારતો રહ્યો,
મારી મોટી બહેન ની સાસરે જતાં, તે સુખદ સંજોગો માં જીવે છે તે છતાં, મારા મન માં એક મોટું ઉદાસીનતા નું ઉભરખુ ભરાઈ ગયું એમના અભ્યાસ કરવાની ઉંમર માં લગ્ન નાં નિર્ણય આજે પણ અંદર થી કંપન કરાવે છે . એમના આ બલિદાન નું ઋણ જીવન ભર મારા પર રહશે.

જો કે, જ્યારે હું 10મા ધોરણમાં સફળ થયો, ત્યારે મને લાગ્યું કે મેં મારી મહેનતનો ફળ મળી લીધો. પરંતુ તે મારી પ્રગતિ નું અંત નહોતું; વિજ્ઞાનમાં પ્રવેશ કરતા મેં બે વખત નિષ્ફળતા

અનુભવી. તે નિષ્ફળતાઓ એ મારી આત્મવિશ્વાસ ને તોડી
નાખ્યો, પરંતુ હું એમ કહું છું કે "હાર્યા પછી પણ લડતું રહેવું"
એ જ વાસ્તવિક સફળતા છે.

એટલે ક્યારેક લખ્યું હતું કે ...

હાલ બસ એટલો જ હિસાબ છે,
દિલ મારું થોડું હમણાં થી હતાશ છે,
નિષ્ફળા એ તોડ્યો છે મને અંદર થી એવો કે લાગે
હવે કે સફળતા નાં વિચાર પણ બેકાર છે...

હાર્યી જ્યારે મારા પોતાના સપનાં તૂટ્યા,
દુઃખ લાગ્યું જ્યારે મારા પોતાના લોકો ને
કોઈ બીજા એ આવી ને સંબધં નાં નામે લૂંટ્યા,

તર છોડ્યો એકલો મને,
લાગે એ લોકો મને અત્યાર જ નિષ્ફળ સમજે છે, માન્યું કે
" મુસાફર " નાં અથાગ પ્રયત્ન પણ અત્યારે બેકાર છે,
પણ એટલું કહું કે

હાર્યી છું અનેક વાર પણ

" સફળતા ની શોધ માં..."

પણ

પ્રયત્ન કરવા મારે હજી હજાર છે....

માં ની મમતા અને પિતા નો માથે હાથ છે,
ચાલી વાઘે અસવાર થય "માં અંબે" આગળ,

હવે હરાવે મને કોઈ મુશ્કેલી એટલી પણ ક્યાં કોઈ મૂશ્કેલી ની
ઓકાત છે?

કાં તો સફળતા નાં શિખરો પર,
અને કાં તો દફન થઈશ નામ લખાવી નિષ્ફળતા ની કબરો
પર...
આવીશ ક્યારેક અચાનક આપની નજરો માં
હજી " મુસાફર" છે
" સફળતા ની શોધ માં..."

- હર્ષ ઓડ (મુસાફર)

આ પુસ્તકનું નામ 'સફળતા ની શોધ માં' છે, જેમાં મારા
દરેક અનુભવ, નિષ્ફળતા અને સમર્પણની કથા છુપાયેલી છે.
આ કથા છે, જે જીવંત ઉદાહરણ છે—ત્યારે જ્યારે આપણને
લાગતું હોય છે કે જીવનની સાપ્તાહિક ઘડીઓ કદી સંમતિ
નથી લાવતી, ત્યારે આપણે કેટલું જિવી શકીએ છે તે આપણા
સંઘર્ષ પર આધાર રાખે છે.

યાદ રાખો,
સફળતાની શોધ એ માત્ર એક વ્યાખ્યા નથી, પરંતુ તે દરેક
માટે છે—જે પોતાના સપનાઓને સાકાર કરવા માટે હાર્યા
પછી પણ ઉઠવા તૈયાર છે.

ચાલો તો સાથે મળી ને નવી સફર ની શરૂઆત કરીએ
ચાલો તો " સફળતા ની શોધ માં ..."

સ્વીકૃતિઓ

આ પુસ્તક "સફળતા ની શોધ માં..." લખતી વખતે જીવનમાં અનેક અનુભવો અને પડકારોનો સામનો થયો. તે પ્રક્રિયા દરમિયાન અનેક મહાન વ્યક્તિઓ અને સહકાર્યકરોનો મને સાથ મળ્યો છે, જેની કૃતજ્ઞતા વ્યક્ત કરવા હું આ સ્વિકૃતિઓ લખી રહ્યો છું.

માતા-પિતા:

મારી માતા દેવીકા બેન અને પિતા પ્રભુભાઈ, તમે મારા જીવન નો આધારસ્તંભ છો. તમારી જ્ઞાન, સંસ્કાર, અને પ્રેમ મારું જીવન સરળ બનાવે છે. તમારી પ્રેરણા વગર હું આ પ્રવાસ પૂર્ણ કરી શક્યો હોત નહિ. આ પુસ્તક માં જે સમજણ અને દ્રષ્ટિ છે, તે બધું તમારું આપે કરેલું છે.

ગોપાલ નમકીન અને સહકર્મચારીઓ:

ગોપાલ નમકીન અને સહકર્મચારીઓ, તમે મારી પ્રત્યેક જિદ અને મહેનત માં સાથ આપ્યો છે. તમારી સાથે ની મોજશોખ અને સહકાર મારી સફળતા માટે અનિવાર્ય રહી છે. તમારી સાથે ના સહકાર્યકરો, જેઓ એ હંમેશા મને ઉત્સાહ અને પ્રેરણા આપી છે, તેમના વિના આ પુસ્તક પૂરેપૂરું બની શક્યું હોત નહીં. તમારું સહયોગ અને પ્રોત્સાહન મને મારા માર્ગ પર સતત આગળ વધારતું રહ્યું છે.

મારા શિક્ષકો અને માર્ગદર્શકો:

મારા શિક્ષકો, જેઓ એ મને જીવનના દરેક પડાવ માં માર્ગદર્શન આપ્યું, તમારો આભાર માનું છું. તમારી શીખ અને પ્રેરણાએ જ મને આ જગત માં મારી ઓળખ બનાવી. તમે મારા વિચારધારા અને દ્રષ્ટિ માં ક્રાંતિ લાવી, જે આજે આ પુસ્તક માં સજીવ થઈ છે.

જીવનના સંઘર્ષી અને પડકારો:

આ પુસ્તક ની સર્જન પ્રક્રિયા દરમિયાન, જીવન ના વિવિધ સંઘર્ષી અને પડકારો નો હું આભાર માનું છું. આ સંઘર્ષી વિના હું ક્યારેય મારી મજબૂતી અને અનંત ધૈર્ય ને શોધી શક્યો હોત નહિ.

પાઠકો:

આ પુસ્તક ના દરેક વાચકો નો હું હૃદયપૂર્વક આભાર માનું છું. તમારી સાથે ની જોડાણ જ આ પુસ્તક ને યોગ્ય સ્થાન અને મૂલ્ય આપશે. તમારા પ્રતિસાદ અને પ્રોત્સાહન જ આ પુસ્તક ની સફળતા નક્કી કરશે.

મારા જીવન ના અનુભવો અને શ્રમ:

અંતે, હું મારા જીવન ના દરેક અનુભવ અને પરીક્ષણ નો આભાર માનું છું, જેના દ્વારા મને પોતાને ઓળખવાનું અને શ્રેષ્ઠ બનાવવા નું અવસર મળ્યું.

લેખક નો સંદેશ...

પ્રિય વાંચક,

આ પુસ્તક, "સફળતા ની શોધ માં..." મારા જીવનના કેટલાક મહત્વપૂર્ણ અનુભવો અને સંઘર્ષી થી ઉદ્ભવેલા વિચારોનું પરિણામ છે. એ વાત તો સત્ય છે કે જીવન માં દરેક વ્યક્તિ કંઈક ખાસ મેળવવા ઈચ્છે છે, જેનાથી તેમને સંતોષ અને ખુશી મળે, પરંતુ તે માર્ગ સહેલો નથી. હું પણ મારું સમગ્ર જીવન આ જ શોધમાં વિતાવી રહ્યો છું—કદાચ એવી શોધ જે હંમેશા ચાલુ જ રહે.

મારી આસપાસ જ્યારે હું બીજા લોકોને સફળતા, વિજીત કરેલી મંજિલો, અને જીવન માં સારી સ્થિતિ માં જોવા મળે ત્યારે તે મને એક ખૂબ મોટી પ્રેરણા અને ચિંતન માટે નું કારણ આપે છે. પણ હું માનું છું કે સફળતા દરેક ના માટે અલગ હોય છે. કોઈને આર્થિક સમૃદ્ધિ માં સંતોષ મળે છે, તો કોઈ ને માનસિક શાંતિમાં. મારે તો જીવનની એવી યાત્રા કરવી હતી, જ્યાં હું માનસિક મજબૂતી મેળવું, ભલે મારા હાથ માં બધું નહીં પણ કંઈક ખાસ તો હશે.

અમે આપણા જીવન માં મોટાભાગે નિષ્ફળતાઓ થી ભયભીત થઈએ છીએ. પણ આ પુસ્તક મારું સાક્ષ્ય છે કે નિષ્ફળતાઓ એ માત્ર માર્ગ પર ના રોકાણ નથી, તે પોતે જ માર્ગ છે. આ પ્રેક્ટિકલ અનુભવો એ મારા જીવન ના મૂલ્યવાન પાઠ છે. આ પુસ્તક માં હું નિષ્ફળતાઓ અને પરાજય ની વાત નહીં, પણ એમાંથી પ્રેરણા કેવી રીતે લઈ શકાય તે વાત કરું છું.

"મુસાફર" તરીકે, હું માનું છું કે દરેક વ્યક્તિ પોતાના માર્ગ પર મુસાફરી કરી રહ્યો છે, અને તે મુસાફરી માં આપણી પાસે કોઈ પણ સંજોગો માં નિરાશ થવું બરાબર નથી. જો એ સમજણ

હોય કે હમણાં મળતી નથી તે સફળતા પણ, તે કોઈ દિવસ મળવાની જરુર છે. હું પણ મારા માટે એ સવાલ ને હંમેશા ધ્યાન માં રાખું છું કે આ મુસાફરી ની અંતે હું ક્યાં પહોંચીશ.

મારી મજબૂરીઓ, સામાજિક સ્થિતિઓ, અને જીવનની કટોકટી એમ મારા જીવનમાં ક્યારેય એકસરખી રહી નથી. પણ તે કટોકટી અને સંઘર્ષી મને વધુ મજબૂત બનાવતા ગયા. આ સફર માં મેં શીખ્યું છે કે સાચી સફળતા એ છે કે તમે કેવી રીતે પોતાના જીવનના સંઘર્ષી ને પાર કરો છો. આ પુસ્તક માં હું તે જ મુસાફરી ની વાત કરું છું.

મારા અનુભવો થી નક્કી થયું છે કે જીવન માં ખરેખર સારું શું છે. શું માત્ર મોટું મકાન, મોટો ધંધો, કે મોટી ફેમિલી જ જીવન માં સફળતા છે? કે પછી, આત્મિક સંતોષ, માનસિક શાંતિ, અને નાના-મોટા સંઘર્ષીમાંથી મળેલી શીખ આપણું સાચું ધ્યેય છે? આ પ્રશ્નોના જવાબ શોધવામાં આ પુસ્તક મારી યાત્રા છે.

આ પુસ્તક લખવા ની પાછળનું મોટું કારણ એ છે કે હું આ જીવન યાત્રાના તમામ ઉતાર-ચડાવ માંથી પસાર થઈને, કંઈક એવું આપીને જાઉં, જે તમારે પણ મદદરૂપ થાય. જીવનમાં કઈ રીતે મારા જેવા સામાન્ય માણસે કઈ રીતે આ સફરમાં આગળ વધ્યું છે તે જણાવી શકું. કદાચ તમે પણ આમાંથી કંઈક શીખી શકો.

મારી આ કથામાં દરેક પૃષ્ઠ પર મારા જીવન ની કેટલીક સુંદર વાતો છે. તેં હું જે શીખ્યો, તે હું જે અનુભવ્યો, અને તે વાતો, જે કોઈના જીવનમાં પ્રેરણારૂપ બની શકે, તે અહીં છે.

વાંચનને તમારી મુસાફરીનો એક ભાગ બનાવો, અને હું આશા રાખું છું કે આ પૃષ્ઠો તમારી જીવન યાત્રાને કેટલીક નવી દિશાઓ આપશે.

આપનો, મુસાફર (હર્ષ)

ચાલો તો " સફળતા ની શોધ માં ..."

1
સફળતા શું છે?

સફળતા એ એક વૈવિધ્યપૂર્ણ અને વિવિધતા ધરાવતી સંકલ્પના છે, જે વ્યક્તિગત દૃષ્ટિકોણ અને જીવન ના અનુભવ પર આધાર રાખે છે. દરેક વ્યક્તિ એ સફળતા ને પોતાની રીતે વ્યાખ્યાયિત કરવી જોઈએ, કારણ કે તેના અર્થી અને સ્વરૂપો સમય સાથે બદલાઈ શકે છે. કેટલીક વ્યક્તિઓ માટે, સફળતા એટલે આરોગ્ય, પ્રેમ, અને સંતોષ પ્રાપ્ત કરવું, જ્યારે બીજાઓ માટે તે નોકરી માં પ્રગતિ, આર્થિક સુરક્ષા, અથવા સામાજિક માન્યતા મેળવવા નું હોઈ શકે છે.

* સફળતા ના અર્થ

સફળતા ના કેટલાક મહત્વપૂર્ણ પાસાઓ માં આનો સમાવેશ થાય છે:

1.1. લક્ષ્યો પ્રાપ્ત કરવું:

જ્યારે તમે તમારા નિર્ધારિત લક્ષ્યો ને પ્રાપ્ત કરો છો, ત્યારે તે સફળતા નો અનુભવ છે. આ લક્ષ્યો વ્યાવસાયિક અથવા વ્યક્તિગત હોઈ શકે છે, જે તમને તમારા ધ્યેય તરફ આગળ વધવા માટે પ્રેરણા આપે છે. જ્યારે હું 10 ધોરણ માં સારા માર્ક્સ સાથે સફળતા મેળવી, ત્યારે મારા આકાશ માં એક નવી ઊંચાઈઓનો દેખાવ થયો. તે પળમાં, હું જાણતો હતો કે હું આગળ વધવાનો પ્રયાસ કરી શકું છું.

1.2. વ્યક્તિગત સંતોષ:

જીવન માં સંતોષ અને ખુશી મેળવવા નો અનુભવ સફળતા સાથે જ જોડાય છે. જ્યારે તમે જે કરો છો તે જિંદગી માં આનંદ અને સંતોષ આપે છે, ત્યારે તે સફળતા નું મેટર છે. મારા માતા-પિતાની મહેનતના પરિણામે જ આજે હું જે છું, તે અનુભવવા નું મને ભાગ્ય પ્રાપ્ત થયું છે.

1.3. આર્થિક સુખાકારી:

ઘણા લોકો માટે, આર્થિક મજબૂતી અને ધન પ્રાપ્ત કરવું સફળતા ના મહત્વપૂર્ણ પાસાઓ છે. આ કારણે, તેઓ આરામદાયક જીવન જીવી શકે છે અને તેમના પરિવાર ની સંભાળ રાખી શકે છે. જ્યારે હું નોકરી માં પ્રવેશ કર્યી, ત્યારે મને આર્થિક સ્વતંત્રતા પ્રાપ્ત થઈ, જે મારા પરિવાર માટે નવા આશા ઓ નું પ્રતીક બની.

1.4. વ્યવસાયિક પ્રગતિ:

વ્યક્તિગત ક્ષેત્ર માં માન્યતા મેળવવી, નોકરી માં ઉન્નતિ કરવી, અથવા સફળતા પ્રાપ્ત કરવી પણ સફળતા તરીકે ગણાય છે. દરેક પ્રોજેક્ટ અને કાર્ય માં મારી મહેનત નો પરિણામ મારા જીવન માં નવા તકો અને સાક્ષી ઓ લાવતું રહું છે.

1.5. અન્ય પર પ્રભાવ:

કેટલાક લોકો માટે, સફળતા એ અન્ય લોકો ના જીવન માં સકારાત્મક ફેરફાર લાવવા નું છે, જેમાં સામાજિક કાર્ય અને સહાયતા નું મહત્વ છે. જ્યારે હું મારા મકાન ની બાંધકામ દરમિયાન સામાજિક કાર્ય માં જોડાયો, ત્યારે તે મને જીવન નો સાચો અર્થ સમજવા માં મદદરૂપ બન્યું.

* સફળતા નો અનુભવ:

મારી કથામાં, હું એક સાધારણ પરિવાર ના એક સામાન્ય બાળક તરીકે શરૂ કરું છું. જ્યારે હું બાળપણ માં હતો, ત્યારે મારા માતા-પિતા આર્થિક અને સામાજિક મુશ્કેલીઓ નો સામનો કરી રહ્યા હતા. ગરીબી અને મજબૂરી થી ભરેલું મારું જીવન, માં તેમને સારી રીતે સમજવા નું શીખ્યું. મારી માતા ની સેવા અને મારા પિતા ની મહેનત મારા માટે પ્રેરણા બની.

માં જ્યારે 10 મા ધોરણ માં સફળતા પ્રાપ્ત કરી, ત્યારે હું ખુશ હતો. પરંતુ, ત્યારબાદ માં વિજ્ઞાન પ્રવાહમાં પ્રવેશ કર્યો, જ્યાં હું બે વાર નિષ્ફળ થયો. આ નિષ્ફળતા ઓ એ મારી આત્મવિશ્વાસને તોડી નાખી. માં અનુભવ્યું કે દરેક નિષ્ફળતા

એક ભયાનક અનુભવ છે, પરંતુ તે એક મહાન પાઠ પણ છે.

વિજ્ઞાન પ્રવાહ ના પઠન ને છોડીને હું સામાન્ય પ્રવાહમાં જઈ ગયો. તે વખતે, હું નવી દિશામાં આગળ વધવા માટે પ્રેરણા મેળવવા લાગ્યો. દરેક વખતે જ્યારે હું નિષ્ફળ રહ્યો, ત્યારે મેં એક નવા પાઠ શીખ્યો. મારા મિત્રો અને પરિવારનો મને સહારો મળતો રહ્યો, જેને હું મારા નજદીકી લાગણી તરીકે જોઈ શકતો હતો.

* ભાવનાત્મક પાસો :

મારી સફર આ સંઘર્ષ થી ભરેલી છે. જ્યારે હું નિષ્ફળતા અનુભવી, ત્યારે મેં જાતે પૂછ્યું, "શું હું સફળ થઈ શકું?" આ પ્રશ્નો મને મારી આસપાસના લોકો ને, જેમકે મારા માતા-પિતા, મિત્રો અને શિક્ષકો ને યાદ કરવામાં પ્રેરણા આપી હતી.

જ્યારે હું નોકરી મેળવવા માટે પ્રયત્ન કરી રહ્યો હતો, ત્યારે ઘણા ઇન્ટરવ્યૂ માં મેં નિષ્ફળતાઓનો સામનો કર્યો. પરંતુ, મારા આત્મવિશ્વાસે મને સંઘર્ષ કરવાનું શીખવ્યું.

ગોપાલ નમકીન માટે નોકરી મળવાથી મને જબરદસ્ત આનંદ થયો. આ સફળતા માત્ર નોકરી મેળવી લેવા ની વાત નહોતી; આ મારી કથાનો મહત્વ નો પાયો હતો, જ્યાં મેં મારું જીવન નવું શરૂ કર્યું.

**** સાર :**

સફળતા એ એક દ્રષ્ટિ છે, જે આપણે જીવન માં કઈ રીતે આગળ વધીએ છીએ તે પર આધાર રાખે છે. જ્યારે આપણે સફળતા ને ફક્ત તાત્કાલિક સ્વરૂપ માં જ નહીં, પરંતુ લાંબા ગાળા ના પરિવર્તન તરીકે જોતા હોઈએ, ત્યારે સફળતા આપણ ને નવાં અવસર આપે છે.

જ્યારે હું મારી સફર અને અનુભવો પર ધ્યાન આપું છું, ત્યારે હું સમજું છું કે જીવન માં સફળતા મેળવવા માટે, વ્યક્તિગત મહેનત, લાગણી, અને સમય ની જરુર છે. નિષ્ફળતા ઓ માત્ર ક્ષણભંગુર અવરોધો છે, પરંતુ તેઓ માંથી શીખવું અને આગળ વધવું એ સફળતા નું સાચું અર્થ છે.

આ રીતે, સફળતા એ એક સામૂહિક અને અનુભવ આધારિત સંકલ્પના છે, જે દરેક વ્યક્તિને પોતાના જીવનમાં પ્રદાન કરે છે.

*****

2
લક્ષ્યો ની સ્થાપના

લક્ષ્યો દરેક વ્યક્તિ ના જીવન માં માર્ગદર્શક તારા જેમ છે. જ્યારે આપણે કોઈ દિશા માં આગળ વધવા ની કોશિશ કરીએ છીએ, ત્યારે સ્પષ્ટ અને વ્યાખ્યાયિત લક્ષ્યો મારે માટે પ્રેરણા નું સ્રોત બને છે. આ લક્ષ્યો અમને ફક્ત આપણું ધ્યાન કેન્દ્રિત કરવા માં મદદ કરે છે, પરંતુ આહલાદક અને સાહસિક યાત્રા પણ આપે છે.

જ્યારે હું પાછા ખૂણામાં જાઉં છું, ત્યારે મારી બાળપણ ની સંઘર્ષભરી યાદો મારા મગજ માં ફરી વળે છે. ગરીબી માં ઉછરવા થી લઈને, મારાં માતા-પિતા નું મારા ભણતર માટે ની તલપતક મહેનત સુધી, જીવન ની શરુઆત માં જ મારા લક્ષ્યો ને વિચારવા માટે મારે ભારે પરેશાનીઓ નો સામનો કરવો પડ્યો. જો કે, જો એ મહેનત ને જોઈને, હું તરત જ વિચારતો નહોતો. મારી પાસે એક સ્વપ્ન હતું - શિક્ષણ મેળવવું અને એક સારો માનવ બનાવવું.

આવું કહેવાય છે કે એક લક્ષ્ય વગર નું જીવન એ સમુદ્ર માં નકશા વિના સફર કરવું જ સમાન છે. હું સમજતો હતો કે જો હું નિશ્ચિત લક્ષ્ય ન રાખીશ, તો મારા પ્રયત્નો વ્યર્થ થઇ જશે. આ રીતે, હું તમારું ધ્યાન સ્પષ્ટ લક્ષ્ય સ્થાપિત કરવા પર કેન્દ્રિત કરવા લાગ્યો. મારી શરુઆતમાં, મેં લક્ષ્યોને સરળ અને પ્રાપ્ત

કરવા માટેના તબક્કામાં વહેંચી નાખ્યું.

* શરૂઆત ના લક્ષ્યો :

જ્યારે હું 10 મા ધોરણ માં હતો, ત્યારે મારા જીવન માં પ્રથમ વખત में લક્ષ્યો નું મૂલ્ય સમજો. મને શિક્ષણ માં ઉત્તમ પ્રદર્શન કરવા માટે અને સમગ્ર સત્ર માં એકઠા થયેલા બધા જ લેખનો વિષય મેળવવા નો પ્રયાસ કરવો હતો. આ મારો પહેલો લક્ષ્ય હતો - સરળ પરંતુ મહત્વનો. આ સમયે, હું જોશું છું કે આ લક્ષ્ય ને પાંખવા માટે મારે કેટલું જહેમત કરવું પડ્યું. હું દિવસ-રાત ભણતો હતો, તમામ વિષયો નું યોગ્ય ધ્યાન રાખતો હતો અને મારા શિક્ષકો સાથે વાર્તાલાપ કરતો હતો.

અને જ્યારે તે સમયે, હું સફળતા થી 10 મા ધોરણમાં સાહસભરી પરીક્ષા આપી. આ એક નવું દ્રષ્ટિકોણ અને માનસિકતા ના બદલાવનું બિંદુ હતું. આ સફળતા એ મને એક નવી ઊર્જા આપી અને આગળના દરેક પગલામાં મને મજબૂત બનાવ્યું.

* ભવિષ્યના લક્ષ્યો :

મારી સફળતા ની આ વાર્તા અહીં સમાપ્ત નથી. જ્યારે હું 12 મા ધોરણ માં પ્રવેશ કર્યો, ત્યારે હું જાણવા લાગ્યો કે હવે મને વધુ પડકારો નો સામનો કરવો પડશે. આ વખતે, હું વૈજ્ઞાનિક પ્રવાહ માં પ્રવેશી ગયો, જ્યાં જ્ઞાન ની ઊંડાણ માં જવું હતું. પણ દરેક પ્રયત્ન પછી, હું બે વખત નિષ્ફળ થયો. આ સમયે, હું અસંખ્ય મોહિત થયેલ લાગણી અનુભવું છું. મારી નિષ્ફળતાઓ એ મારી આત્મવિશ્વાસ ને તોડ્યું હતું, અને હું વિચારતો હતો કે શું હું ફરી થી આગળ વધી શકું?

પરંતુ હું હાર માનવા માટે તૈયાર નહોતો. में માપવા માટે નવો દ્રષ્ટિકોણ અપનાવ્યો - મારે જીવન માં તેટલા પડકારો સાથે

લક્ષ્યો ની સ્થાપના કરવાની હતી, જેથી હું મારી શીખવા ની પ્રક્રિયા ને આગળ વધારી શકું.

* માર્ગમાં એ લોકો :

આમાં સૌથી મહત્વપૂર્ણ વ્યક્તિઓ મારી માતા અને પિતા હતા. તેઓ એ મારી સફળતા માટે સતત પ્રેરણા આપી. જ્યારે હું નિષ્ફળ થયો, ત્યારે તેમણે મારો વિશ્વાસ ઉંચો કર્યો અને કહ્યું કે તે નિષ્ફળતાઓ મારી સફળતા ની રીત માં છે. તેમનાં શબ્દો અને આત્મવિશ્વાસે મને સકારાત્મક રાખ્યું અને મારા લક્ષ્યો ને મેળવવા માટે પ્રેરણા આપી.

અંતે, હું સામાન્ય પ્રવાહ માં પ્રવેશ કર્યો. આ વખતે, મેં લક્ષ્યો ને ફરીથી વ્યાખ્યાયિત કર્યું. હવે મારો લક્ષ્ય હતો—સફળતા મેળવવું, ફક્ત મારી વ્યક્તિગત વિકાસ માટે નહીં, પરંતુ મારા પરિવાર ને સન્માનિત કરવા માટે પણ. સામન્ય પ્રવાહ માં સારા ગુણ મેળવી મે મારી જાત ને સાબિત કરી . આ નવા લક્ષ્યની સાથે, હું નોકરીની શોધમાં ઉતરી ગયો.

* સફળતા ની પ્રાપ્તિ :

બહુ સખત પરિશ્રમ પછી, હું ગોપાલ નમકીન - રાજકોટ માં નોકરી મેળવવા માટે સફળ થયો. આ સફર મારા માટે માત્ર એક નોકરી પ્રાપ્ત કરવાની વાત નહોતી; તે મારા જીવનના નવા તકે ની શરૂઆત હતી. જ્યારે મેં મારી માતા-પિતા ને મારી સફળતા જણાવ્યું, ત્યારે તેમના ચહેરા પરના ખુશી ના ઉવાળો મારું હૃદય પ્રફુલ્લિત કરી દેતાં. આ સમયે, હું સમજ્યો કે મારી આ સફર નો મકસદ માત્ર મારા માટે નહીં, પરંતુ મારા પરિવાર માટે પણ હતો.
આ સફળતા ને મેં પાછ ફરી ને વિચાર્યું, તો મારે સમજાયું કે હાર્દિક લક્ષ્યો ની સ્થાપના જ આપણા જીવન માં મોટું ફેરફાર લાવવી શકે છે. સ્પષ્ટ લક્ષ્ય આપણી યાત્રામાં દર્શન આપે છે, જેનાં આધારે આપણે આગળ વધવા માટે પ્રેરણા લેવી જોઈએ.

**** એક સંદેશ ;**

સફળતા ની સફર આપણ ને શીખવશે કે, જીવન માં સ્પષ્ટ અને વ્યાખ્યાયિત લક્ષ્યો રાખવા આદર્શ છે. જાગૃતિ થી લક્ષ્યો નું નિર્માણ કરવાની અને ધીરજ સાથે આગળ વધવાનું મહત્વ છે. અમે નિષ્ફળતા પણ અનુભવીએ છીએ, પરંતુ તે માત્ર એક શીખવાની પ્રક્રિયા છે.

હવે, જ્યારે હું મારા નવા ઘરમાં "દેવી-પ્રભુ વિલા"બેસીને મારા અનુભવો ને યાદ કરું છું, ત્યારે હું સમજું છું કે લક્ષ્યો ની સ્થાપના ન ફક્ત સફળતા માટે નું માર્ગદર્શન છે, પરંતુ આ આપણા જીવન ને વધુ અર્થપૂર્ણ અને પુષ્ટિરૂપ પણ બનાવે છે.

******

3

સમય વ્યવસ્થાપન

સમય આપણા જીવન નો અતિ મહત્વપૂર્ણ અંગ છે. જ્યારે આપણ ને પસંદગી, પ્રાથમિકતા, અને કાળજીપૂર્વક નક્કી કરેલ શેડ્યુલ નો મર્યાદિત સંસાર હોય છે, ત્યારે સમય ને યોગ્ય રીતે વ્યવસ્થિત કરવો એ સફળતા નું મૂળભૂત પાસું બને છે. સમય વ્યવસ્થાપન આપણા જીવન માં એક અનુશાસિત માળખું પ્રદાન કરે છે, જે આપણ ને સુફ્રન થી કામ કરવા, સરળતા થી લક્ષ્યો સુધી પહોંચવા, અને અમલ કરવાની અસરકારકતા વધારવા માટે મદદ કરે છે.

* સમયનો સારો ઉપયોગ :

જ્યારે હું યુનિવર્સિટી માં પ્રવેશ કયી, ત્યારે મને લાગ્યું કે અહીં ભણતર અને અભ્યાસ વચ્ચે નું સંતુલન જાળવવું બહુ મહત્વપૂર્ણ છે. અભ્યાસ ની સાથે, મારે પાર્ટ ટાઈમ નોકરી પણ કરવી હતી. આ બે પ્રભાવશાળી જવાબદારીઓ સાથે સંકળાયેલા રહેવું અને સમયનું યોગ્ય વ્યવસ્થાપન કરવું એક પડકારરૂપ કાર્ય હતું.

શરૂઆત માં, હું સમય નું યોગ્ય આયોજન કરવાનું ભૂલી જતો હતો. ફક્ત અભ્યાસ ના અંતર માં જ નહીં, પરંતુ નોકરી ની ફરજ દરમિયાન પણ મને શીખવા અને કામ કરવા માટે સમય

મળી રહ્યો. જ્યારે હું સમય નું યોગ્ય આયોજન ન કરતો, ત્યારે હું બંને જગ્યા એ અસફળ રહેતો. પરંતુ એક દિવસ, મેં વિચાર કર્યો - મારે અનિવાર્ય રીતે આને બદલી ને જુદા પડે છે.

* અભ્યાસ ની અગત્યતા :

મારી કથા બદલાઈ જ્યારે મેં એક વાર્તા વાંચી, જેમાં ટાઈમ મેનેજમેન્ટ ના અમલ થી અનેક લોકો કેવી રીતે સફળતા પ્રાપ્ત કરી છે. તેમાંથી પ્રેરણા લઈને, મેં મારી રોજ ની રૂટિન ને નવું રંગ આપવા નું નક્કી કર્યું. હું દિવસ નો આરંભ સાંજે એક કલાક ટેબલ બનાવવા ની સાથે કરી રહ્યો હતો, જેમાં હું મારી નોકરી ની ફરજો, અભ્યાસ અને આરામ ના સમય માં વિતાવીશ.

જ્યારે હું નોકરી માં વ્યસ્ત રહ્યો, ત્યારે મેં શીખ્યું કે 15-20 મિનિટ ના ટુકડાઓ માં પણ અભ્યાસ કરવો શક્ય છે. હું પેકિંગ મશીન ચલાવતો અથવા વજન ઉઠાવતા હોય ત્યારે સાથો સાથ પુસ્તકો વાંચવા ની પ્રયત્ન કરતો હતો.

* ટોચ પર પહોંચવાનો માર્ગ :

નફા મળ્યા બાદ, મને લાગ્યું કે દરેક ટુકડો મારો સમય નો ઉપયોગ કરી રહ્યો હતો. મારો નવો અભિગમ ઝડપ થી મને પરિણામો આપી રહ્યો હતો. તેથી, મેં દરેક દિવસ ના અંતે આયોજન કરવાનું શરૂ કર્યું. આ રીતે, મેં મારા લક્ષ્યો ને વધારવા માટે સમય નું વ્યાખ્યાયિત અને નિયંત્રણ કરવાનું શીખ્યું.

** નિષ્કર્ષ :

સમય વ્યવસ્થાપન એ એક કળા છે, જે વ્યક્તિગત જીવન ની ગુણવત્તામાં વધારો કરે છે. જ્યારે હું યુવાન હતો, ત્યારે સમય વ્યવસ્થાપન એ મને માત્ર અભ્યાસ માં જ નહીં, પરંતુ દરેક ક્ષેત્ર માં સફળતા નો માર્ગ બતાવ્યો.

આથી, જીવન માં સમય નો સારો ઉપયોગ કરીને, તમારું માર્ગ ખૂબ જ શુધ્ધ બનશે. જો તમે સમયનો સારો ઉપયોગ કરશો, તો સફળતા જલદી તમારી તરફ આવશે, અને જો તમારા માટે સમયને સમજાય છે, તો તેને અમલમાં લાવવું જરૂરી છે.

******

4
ઘૈર્ય અને સંકલ્પ

જીવન માં સફળતા મેળવવા માટે નો માર્ગ ક્યારેય સરળ નથી. દરેક વ્યક્તિ ના માર્ગ માં અડચણો, પડકારો અને સંધર્ષી આવતા રહે છે. આ તબક્કે, ઘૈર્ય અને સંકલ્પ એ એવી બંને ગુણતાઓ છે, જે આપણ ને આગળ વધવા માટે પ્રેરણા આપે છે. અહીં હું એક ઉદાહરણ સાથે આ વિચાર ને પ્રગટ કરવાનું માનું છું - જ્યાં એક વ્યવસાયી માણસે ઘૈર્ય અને સંકલ્પનો ઉપયોગ કરી ને પોતાની સફળતા મેળવી.

કૃષ્ણા નામના એક યુવકનું સપનું હતું કે તે પોતાની બિઝનેસ શરુ કરે અને સફળ બને. તેમણે ખાધ્યપદાથી નું વેચાણ કરવા માટે એક સ્ટાર્ટઅપ શરુ કરવાનું નક્કી કર્યું. શરુઆત માં, તેમની પાસે માત્ર થોડું નાણાં અને ખરા અનુભવ નો અભાવ હતો. તેમણે નવું શરુઆત કરવું શરુ કર્યું, પરંતુ પ્રથમ વર્ષે તેમની વિક્રયમાં નબળી પ્રગતિ થઈ.

કૃષ્ણા નિષ્ફળતા અનુભવતાં ખૂબ જ નિરાશ થયો. તે સમય થી મૂલ્યાંકન કરવા માં તથા નવા વિચાર શોધવામાં લાગી ગયો. તેણે જ્ઞાન મેળવી ને પોતાનો વ્યવસાય કેવી રીતે વધારવો તે શીખવાની નક્કી કરી. જેમ જેમ સમય પસાર થયો, તેમણે માર્કેટિંગ, ગ્રાહક સેવા અને નાણાકીય વ્યવસ્થાપનના અભ્યાસમાં સમય વ્યતીત કરી.

કૃષ્ણા સતત નવી યોજનાઓ અને અભિગમો ની પરિક્ષા કરે છે. તેણે પોતાની સેવા અને ઉત્પાદનો ની ગુણવત્તા માં સુધારો કર્યો અને ગ્રાહકો સાથે વધુ સકારાત્મક સંબંધો બનાવવાનું શરૂ કર્યું. ધૈર્ય અને સંકલ્પથી, તેમણે કડક મહેનત ચાલુ રાખી અને વારંવાર નિષ્ફળતાઓ નો સામનો કર્યો.

બે વર્ષ પછી, કૃષ્ણા એક મોટું પાયાનું વ્યવસાય શરૂ કરવા માટે સક્ષમ થઈ ગયો. હવે, તે લોકો ના મન માં એક જાણીતા બ્રાંડ તરીકે ઓળખાતા છે. તેમનું વ્યવસાય હવે દર વર્ષે લાખો રુપિયા ના માર્જિન માં ઉછળતો રહે છે, અને તેણે ઘણા નવા લાભ મેળવવા માટે સફળતા પ્રાપ્ત કરી છે.

આ સંઘર્ષ અને મહેનત દ્વારા, કૃષ્ણાએ શીખ્યું કે ધૈર્ય અને સંકલ્પ જ તમામ વિજ્ઞાન નો મૂળ આધાર છે. તેમની સફળતા તેમને આગળ વધવા માટે ની ભાવના છે, અને તેમણે પોતાને કહી શક્યા છે કે નિષ્ફળતાઓ એ સફળતાના માર્ગમાં એક ભાગ છે.

આથી, હું કહી શકું છું કે દરેક સફળતા પાછળ ધૈર્ય અને સંકલ્પનું મહત્વ છે. જો આપણે અમારા સપનાઓને પૂરા કરવા માટે સતત પ્રયત્ન કરીએ, તો સફળતા જલદી જતી રહે છે. આજનો સંદેશ એ છે - જ્યાં આપણી મહેનત, ધૈર્ય અને સંકલ્પનું મજબૂત સમર્થન હોય, ત્યાં સફળતા પ્રાપ્ત કરવી અશક્ય નથી.

5

પ્રેરણા નાં સ્રોત

જીવન ના માર્ગમાં, પ્રેરણા એ એક એવો તત્વ છે, જે આપણ ને આગળ વધવા માટે પ્રેરિત કરે છે. ઘણીવાર, સફળતા માટે આપણે વિવિધ અવરોધો નો સામનો કરીએ છીએ, પરંતુ જો આપણું મનોબળ મજબૂત હોય, તો તે તમામ પડકારો ને પાર કરી શકે છે. મારા માટે, તે પ્રેરણા નો મુખ્ય સ્રોત મારા માતા-પિતા છે. તેમની મહેનત, દ્રષ્ટિ અને પ્રેમની શક્તિએ મારા જીવન માં મોટું પરિવર્તન લાવ્યું છે.

જ્યારે હું નાનો હતો, ત્યારે મેં જોયું કે મારા માતા-પિતા, જેમણે ગરીબી માં જીવન વિતાવ્યું, પરંતુ તેમ છતાં તેમણે ક્યારેય મોટેરા ઉપેક્ષાવાળું જીવન ન જીવી ને મને મહેનતના મહત્વ વિશે સીખવ્યું. મારા પિતા એ સંધર્ષી થી આગળ વધવાની અને કાર્ય માટેનો આસ્થા પ્રગટ કરવાની વાતો આપી, જે મેં જીવન માં હંમેશા અપનાવવાનો પ્રયાસ કર્યો.

જ્યારે હું અભ્યાસ માં અવરોધોનો સામનો કરતો, ત્યારે મારા માતા-પિતા હંમેશા મારી સાથે ઊભા રહેતા. જ્યારે મેં પ્રથમ વખત વિજ્ઞાનપ્રવાહ ની પરીક્ષા માં નિષ્ફળતા પામી ને માયૂસ થયો, ત્યારે મારા માતા-પિતા ની પ્રેમભરી વાતો અને પ્રોત્સાહન એ મારા માટે એક ઊર્જા સ્રોત બની. મારા માતાએ કહ્યું, "હર્ષ, નિષ્ફળતા એ સફળતાનો પ્રથમ પગલું છે. હવે,

ફરીથી પ્રયત્ન કરી. અમને તારી સફળતા ની ખાતરી છે."

આ દ્રષ્ટિ એ મારી અંદર નવા ઉત્સાહ ને જાગૃત કરે છે. મેં ફરી થી શીખવાનો અને પ્રયત્ન કરવાનો નક્કી કર્યો. મારા માતા ના શબ્દો માં એક એવી ઉર્જા હતી, જે મારે આગળ વધવા માટે આવશ્યક હતી. જ્યારે મેં કહ્યું કે હું વિજ્ઞાનપ્રવાહ માં સફળ નહીં થઈ શકું, ત્યારે તેમણે કહ્યુ, "હર્ષ, દરેક સફળ વ્યક્તિને પોતાની રીતે શીખવાનું આવડ્યું છે. તારે પણ શીખવું અને આગળ વધવું છે."

જ્યારે હું એક વેપાર પ્રોજેક્ટ પર કામ કરી રહ્યો હતો, ત્યારે મારા માતા-પિતા નો દ્રષ્ટિ અને મહેનત એક મજબૂત પ્રેરણા બની. હું જાણતો હતો કે જો હું ચિંતા કરતો અને મારી મહેનત નહીં કરતો, તો સફળતા મારે માટે હંમેશા કઠિન હશે. તેઓ એ મને સૂચવ્યું કે "મારું જોબ, મારી કઈ દિશામાં આગળ વધવું જોઈએ, એ મહત્વનું છે."

તેમના સહયોગ અને પ્રેમ ના કારણે, મેં વિષય ને વધુ સમજવા માટે માર્ગ શોધી કાઢ્યા. જ્યારે હું નવા પ્રોજેક્ટ માટે કામ કરતો, ત્યારે મારી માતા-પિતાના મનોબળ થી મારે વધુ પ્રેરણા મળી. તેઓ એ મારે શક્યતાઓ ને જોવાનું શીખવ્યું, અને એ મને પ્રેરણા આપ્યું.

આજે, જ્યારે હું મારી સફળતા વિશે વિચારું છું, ત્યારે મારું મન મારા માતા-પિતા ના સુંદર સ્મરણો થી ભરેલું છે. તેઓએ આપેલા પ્રેરણા અને વિશ્વાસ ને હું કદી ભૂલી શકતો નથી. તેમની મહેનત, આત્મવિશ્વાસ અને પ્રેમ એ બધું જ મારે માટે પ્રેરણા નું સ્ત્રોત બની ગયું છે.

જીવન ની કડક વાત પર, જ્યારે તમે નિષ્ફળતાઓ નો સામનો કરી છો, ત્યારે યાદ રાખો - તમારા આસપાસ ના લોકોને, ખાસ કરી ને તમારા પરિવાર ને, જે તમને સહયોગ આપે છે, એ એ અપ્રતિમ શક્તિ હોય છે. સફળતા ના માર્ગે, આપણ ને પોતાના

જીવન માં પ્રેરણા જાગૃત કરવી જોઈએ - જ્યારે પણ આપણ ને કોઈ પડકાર નો સામનો કરવો પડે, ત્યારે આપણા માતા-પિતા, મિત્રો અને પ્રેમીઓ ની યાદ માં આપણી પ્રેરણા મળશે.

અંતે,

પ્રેરણા એ આપણા આત્મા ને જીવન નું બીજું નામ છે. તે છે જેના પર આપણે વિકાસ કરી શકી એ અને જેની અમલ કરવા માટે અમારા સપના અને લક્ષ્યો ને પ્રાપ્ત કરી શકીએ. જ્યારે જીવન માં ઉતાર-ચઢાવ આવે, ત્યારે તે વસ્તુઓ જ આપણને યાદ રાખે છે - પ્લેટફોર્મ અને સ્ત્રોત, જે આપણ ને વધુ મજબૂત બનાવે છે.

જ્યારે તમે તમારા જીવન ની સફળતા ને નિહાળશો, ત્યારે યાદ રાખો કે કોણ છે જે તમને પ્રેરણા આપે છે. જિન્દગી માં દરેકે સૌને ઉત્સાહ અને પ્રેરણા આપવી જોઈએ, કારણ કે તે જ સાચી સફળતા છે.

6
આર્થિક સ્થિરતા

આર્થિક સફળતા એ જીવન માં મહત્વપૂર્ણ તત્વ છે, કારણ કે તે ન માત્ર ભૌતિક જરૂરિયાતો ને પૂરું કરે છે, પરંતુ માનસિક શાંતિ અને સુખ નો આધાર પણ હોય છે. જ્યારે તમારી આર્થિક સ્થિતિ મજબૂત હોય, ત્યારે તમે વધુ સારી રીતે તમારી જિંદગી ના લક્ષ્યો ને પ્રાપ્ત કરી શકો છો. પરંતુ આર્થિક સ્વતંત્રતા મેળવવા માટે યોગ્ય યોજના અને પ્રયત્નો જરૂરી છે.

એક યુવાન નાયક આયુષ્ય ની, જેમણે એક નાની ડિઝાઇનિંગ કંપની શરૂ કરી. આયુષ્ય એક મિડલ ક્લાસ પરિવાર માં પેદા થયો, જ્યાં તેના માતા-પિતા હંમેશા મહેનત કરતા હતા, પરંતુ તેમની પાસે ઘણું સમૃદ્ધિ નહોતી. તેમના માતા-પિતા એ એને બાળપણ થી જ શીખવ્યું કે સફળતા મેળવવા માટે તે મહેનત અને સંઘર્ષ કરવું પડશે.

જ્યારે આયુષ્ય એ ડિગ્રી મેળવી, ત્યારે તેને પોતાની નોકરી શોધવા માં મુશ્કેલીઓ નો સામનો કરવો પડ્યો. પરંતુ તે હાર માનવા માટે તૈયાર નહોતો. તેણે નક્કી કર્યુ કે તે પોતાની આવડત અને જ્ઞાન ને ઉપયોગમાં લઈ એક નાની ડિઝાઇનિંગ કંપની શરૂ કરવાનું. શરૂઆતમાં, તેણે પોતાના પરિવાર માંથી અને મિત્રો પાસે થી સહાય મેળવવી પડ્યો.

આયુષ્યે પોતાના નાના સ્માર્ટફોન પર ડિઝાઇનિંગ સોફ્ટવેર શીખવાનું શરૂ કર્યું. તેણે ફીલાન્સ તરીકે નાની નાની પ્રોજેક્ટ્સ લેવામાં પણ લાગવું શરૂ કર્યું. આ પ્રોજેક્ટ્સ થી આયુષ્યે પોતાની આવક વધારવાની અને નેટવર્ક બનાવવાની તક મેળવી. સમય વિતતા, તેણે પોતાની ઓળખને મજબૂત બનાવી, અને તેના કાર્ય માં ગુણવત્તાને નિહાળ્યું.

એક દિવસ, એક મોટા ક્લાયન્ટે તેને ચોક્કસ પ્રોજેક્ટ માટે નોકરી આપી. આયુષ્યે પોતાની નવીનતા નો ઉપયોગ કરીને એવા વિચારો રજૂ કર્યા જે ક્લાયન્ટ ને ખૂબ જ પસંદ આવી. આ પ્રોજેક્ટ પછી, તેમના નામ અને વ્યવસાય ઝડપ થી પ્રસિદ્ધ થયું.

સમય સાથે, આયુષ્યે પોતાના વ્યવસાયને વિસ્તૃત કરવા અને અન્ય ડિઝાઇનરોને નોકરી આપવાનું નક્કી કર્યું. તેમણે ઉદ્યોગમાં અનેક આંતરરાષ્ટ્રીય ક્લાયન્ટો મેળવ્યા, અને તેમના વ્યવસાયને એક નવો આવકનો સ્ત્રોત આપ્યો.

આમ,

આયુષ્યે આર્થિક સ્થિરતા પ્રાપ્ત કરી, પરંતુ તે તેવા સમયે યાદ રાખે છે જ્યારે તેણે સંઘર્ષ કર્યો હતો. આજે, તે પોતાની સફળતા વિશે વિચારે છે, ત્યારે તેણે કદી પણ તે સમાન સંઘર્ષી ને ભૂલ્યા નથી.

આવા નિશ્ચય અને દૃઢતાના કારણે, તેણે પોતાના ધ્યેયને પ્રાપ્ત કર્યું. આર્થિક સફળતા મેળવવું ક્યારેક મુશ્કેલ હોય શકે છે, પરંતુ હું દરેકને પ્રેરણા આપું છું કે તેઓ ક્યારેય રોકાવા ન જોઈએ - જો તમે ધ્યેય પર ધ્યાન કેન્દ્રિત કરો અને નવું શીખવા માટે તૈયાર રહો, તો સફળતા તમારા હાથમાં છે.

7
પ્રેરણાત્મક વ્યક્તિઓ

જીવન માં સફળતા ના ઊંચા શિખરો ને સ્પર્શવા માટે, કોઈપણ વ્યક્તિ માટે પ્રેરણા એક મહત્વપૂર્ણ તત્વ છે. આજકાલ ના જીવનમાં, આપણ ને એવા ઉદાહરણો ની જરૂર હોય છે જે અમને આગળ વધવા માટે પ્રેરણા આપે. આ પ્રેરણાત્મક વ્યક્તિઓ ની કથાઓનો મહત્વ એટલો જ છે જેટલો કે તેમની મહેનત અને સંઘર્ષીનો. આ ભાગમાં, હું મારા માતા-પિતા ની તથા ગોપાલ નમકીન ના સ્થાપક બિપીન ભાઈ હદવાની તથા દક્ષા બેન હદવાનીની પ્રેરણાની વાત કરીશ.

*** માતા-પિતા: જીવનના સૌથી મોટા ગુરુ**

મારા માતા-પિતા એ મારા જીવન માં ની પ્રથમ પ્રેરણા હતા. તેમણે નાનપણ થી મને શીખવ્યું કે મહેનત અને સંકલ્પ સાથે કોઈપણ સીમા ને પાર કરી શકાય છે. તેઓ એ પોતાના જીવનના દરેક ક્ષેત્ર માં મહેનત કરી, અને તેમના પરિશ્રમ માંથી જ મને પ્રેરણા મળી. ગરીબી અને મુશ્કેલીઓ નો સામનો કરીને પણ, તેઓ એ ક્યારેય પરિવાર ના મૂલ્યો ને ભૂલતા નથી.

જ્યારે હું બારમાસ ના તણાવ માં ફસાયો, ત્યારે મારા માતા-પિતા માટે નો પ્રેમ અને સમર્પણ મને પ્રેરણા આપતા રહ્યા.

તેમના અણમોલ સમર્થન જ મારા માટે પ્રેરણા નું એક મુખ્ય સ્રોત બન્યું. તેઓ એ મને શીખવ્યું કે સફળતા માત્ર ભૌતિક સમૃદ્ધિ નથી, પરંતુ મન અને આત્મા નું સંતોષ પણ છે.

* **બિપીન ભાઈ હદવાની: સફળતા અને સામાજિક જવાબદારી**

ગોપાલ નમકીન ના સ્થાપક બિપીન ભાઈ હદવાની ની કહાણી પણ પ્રેરણાદાયી છે. તેમણે નમકીન વ્યવસાય માં એક મોટું નામ બનાવ્યું, પરંતુ આ સાથે તેઓ એ સમાજ માટે પણ નોંધપાત્ર કાર્ય કર્યું. તેમને જીવન માં ઘણી બધી મુશ્કેલીઓ નો સામનો કરવો પડ્યો, પરંતુ તેમણે ક્યારેય હાર ન માની.

બિપીન ભાઈ નું માનવું છે કે સફળતા સાથે સાથે સામાજિક જવાબદારી પણ આવશ્યક છે. તેમની માન્યતા ઓ અને વ્યવહારિકતા એ શીખવે છે કે વ્યક્તિએ કેવી રીતે એક સફળ વ્યાવસાયિક બનવું જોઈએ અને તેના વડે સમાજ માં વધુ લોકો ને મદદ કરવી જોઈએ.

* **દક્ષા બેન હદવાની: સ્ત્રી સશક્તિકરણનું સિંચન**

બિપીન ભાઈની જીવનસંગિની દક્ષા બેન હદવાની પણ એક પ્રેરણાત્મક સ્ત્રી છે. તેમને નમકીન વ્યવસાયમાં પોતાનું યોગદાન આપ્યું, પરંતુ સાથે સાથે સ્ત્રી સશક્તિકરણના ક્ષેત્રમાં પણ ઉત્તમ કામગીરી કરી છે. દક્ષા બેન માને છે કે દરેક સ્ત્રીને પોતાના હક્ક અને સ્વતંત્રતા માટે લડવું જોઈએ.

દક્ષા બેન હંમેશા મહિલાઓના હક્ક માટે અવાજ ઉઠાવતી રહી છે અને તેમના કાર્યને સમાજમાં શ્રેષ્ઠ માનવામાં આવે છે. તેમનું સ્ત્રી સશક્તિકરણ માટેનું કાર્ય અનેક મહિલાઓ માટે પ્રેરણાનું સ્રોત બની રહ્યું છે.

આ પ્રેરણાત્મક વ્યક્તિત્વોની કહાનીઓએ મને પણ મારા લક્ષ્યો તરફ પ્રયાણ કરવા માટે એક મજબૂત આધાર આપ્યો છે.

* મારા મિત્રો :

મારા જીવન માં આ પ્રેરણાત્મક વ્યક્તિ ઓ સિવાય, મારા મિત્રો ના એક મહત્વ ના જૂથ નો ઉલ્લેખ કરવો જોઈએ જેમણે મને મારી સફળતા ના માર્ગ માં સહારો આપ્યો. તેઓ માં યશ મકવાણા અને દીપક શીંગરખીયા શામેલ છે.

યશ એ એક જાગૃત અને સફળતાની ખૂબી ધરાવતો મિત્ર છે, જેના વિચારો અને વિચારશક્તિ મને સતત પ્રેરણા આપતા રહે છે.

જ્યારે કે દીપક નું મારું માર્ગદર્શન અને સહકાર એ મારું દિશાનિર્દેશન છે, જે મને હંમેશા આગળ વધવા માટે પ્રેરણા આપે છે.

આ ઉપરાંત કાર્ય સ્થાન પર મારા માર્ગદર્શક એવા ભાવેશભાઈ મકવાણા, દિવ્યેશભાઈ કપુરિયા, કલ્પેશભાઈ ગોહેલ, દિલીપભાઈ ચાવડા તેમજ યોગેશભાઈ શીંગરખીયા, કિશનભાઈ નિમાવત અને ભાવિનભાઈ જેસડીયા અને અન્ય મીત્રો....કાર્ય ઉપરાંત જીવન જીવવા નાં સાચા સોપનો તરફ પણ મને દોરી જવાનો અમૂલ્ય ફાળો છે...

આમ,

જ્યારે હું સફળતા ના પથ પર ચાલું છું, ત્યારે આ પ્રેરણાત્મક વ્યક્તિ ઓ અને મારા નજીક ના મિત્રો જ મારા જીવન માં અવકાશિત ઉજળાઈ છે. તેઓ એ મારી પ્રગતિ માં મહત્વ ની ભૂમિકા ભજવી છે, અને તેમની કહાણીઓ અને જીવનકથાઓ હંમેશા મારી સ્મૃતિ માં જીવંત રહેશે.

આ પ્રેરણાત્મક વ્યક્તિઓ ની કથાઓ એ જ સત્ય છે કે, જીવન માં સફળતા મેળવવા માટે સહયોગ, પ્રેમ અને સમર્પણ ની જરૂર છે. જ્યારે આપણે એવા ઉદાહરણો પાસે થી શીખીએ છીએ, ત્યારે આપણે સમજી શકીએ છીએ કે સફળતા એ ક્યારેય માત્ર પાઠ નથી, પરંતુ જીવન માં એક મુકામ છે તેમજ સતત ચાલતી પ્રક્રિયા છે....

8
શિક્ષણ નું મહત્વ

*** અભ્યાસ અને અનુભવ દ્વારા શીખવું :**

શિક્ષણ જીવન નું એક અત્યંત મહત્વપૂર્ણ પાસું છે, જે વ્યક્તિ ને જ્ઞાન અને કુશળતા ઓ પ્રદાન કરે છે, તેમજ ભવિષ્ય માં સારી તકઓ ની ઉપલબ્ધિ માં પણ સહાયરૂપ બને છે. શિક્ષણ નમ્રતા ના સાથે સાથે ચિંતનશીલતા, વિચારશક્તિ અને શૈક્ષણિક વિકાસ ને પ્રોત્સાહન આપે છે. જ્યારે એક યુવાન પોતાના શૈક્ષણિક જીવન માં પ્રવેશ કરે છે, ત્યારે તે સતત પોતાની કારકિર્દી અને જીવનમાં આગળ વધવા માટે માર્ગદર્શક બની શકે છે. પરંતુ જ્યારે આ સફર માં નોકરી કરવા ની જવાબદારી પણ હોય, ત્યારે પ્રવૃત્તિઓ ના સંતુલનના અનેક પડકારો સામનો કરવો પડે છે.

મેં, મારું Bachelor's degree in Social Science મેળવવા માટે અને સાથે જ નોકરી કરવા માટે એક વિશાળ સંકલ્પ કર્યો. જીવન માં શિક્ષણ ની મહત્વતા સમજવી અને તેના પર વિશ્વાસ રાખવો ખૂબ જ જરૂરી હતું. મારી માતા-પિતા ની મહેનત અને આદર થી ભણતા, હું આ જ્ઞાન ને મેળવવા માટે પ્રયત્નશીલ રહ્યો.

નોકરી મેળવવા માટે જોરદાર પ્રયાસો કર્યા, અને જ્યારે હું સફળતાપૂર્વક ગોપાલ નમકીન માં જોડાયો, ત્યારે આનો અર્થ એ હતો કે હું કામ સાથે સાથે અભ્યાસ ને આગળ વધારવા નું શરૂ કરીશ. રોજ નો કાર્ય દિવસ, જ્યાં મારે મેનૂફેક્ચરિંગ માં કામ કરવું પડતું હતું, અને પછી પાછો ઘરે જઈને શીખવા અને સંશોધન કરવા માટે સમય કાઢવો પડતો હતો. આ દ્રષ્ટિએ મારું જીવન પડકારોથી ભરેલું હતું.

ઘણાં વખત આવું થયું કે હું નોકરી માં વ્યસ્ત રહેતો હતો, અને જ્યારે અભ્યાસ માટે નો સમય ન મળતો ત્યારે મને દુ:ખ થતું હતું. પરંતુ, મારું મિશન મારા ઉદ્દેશો ને ખોટું ન કરવા દેવું હતું. અભ્યાસ સાથે કામ કરવું એક રમત બની ગયું, જ્યાં હું પોતાના ઉદ્દેશો ને પ્રાપ્ત કરવા માટે અને વધુ જાણવા માટે સતત પ્રયત્નશીલ રહ્યો.

વિશાળ યોજના ની જેમ, દિવસ ના અંતે જે જ્ઞાન અને અનુભવ પ્રાપ્ત થતું હતું, તે અતુલનિયું હતું. અભ્યાસ અને કામ નો આ તજજ્ઞતા નો મિશ્રણ જ મને વધુ શક્તિશાળી બનાવી દીધું, જે મને મારી કારકિર્દી તેમજ જાતીય વિકાસ તરફ આગળ વધારતું હતું.

એટલું જ નહીં, પરંતુ મને આ અનુભવ મારું દૃષ્ટિકોણ બદલવા માટે પણ મદદરૂપ થયો. એક તરફ મારે ભણવાનું હતું, જ્યારે બીજી તરફ જીવન માં ભવ્યતા લાવવા માટે મહેનત કરવાની હતી. આ મારી ગતિ ને ધીરજ અને સંકલ્પ સાથે મજબૂત બનાવ્યું. દરેક કામ ની વ્યસ્તતા વચ્ચે, જ્યારે મારે અભ્યાસ માં પ્રયત્નો કર્યા, ત્યારે મને એ સમજાયું કે શિક્ષણ એ માત્ર પાઠ્યપુસ્તકો માં નહીં, પણ જીવન ના દરેક અહેસાસ માં હોય છે.

વિશ્વાસ અને પ્રયત્નો થી મારા અનુભવ ને આકાર આપ્યું, જે મને ઉત્સાહભર્યું અને નવા અવસરો ની શોધ માં મદદરૂપ બની રહ્યું. હું અભ્યાસ અને નોકરી વચ્ચે સમાન સ્વરૂપે સંતુલન સાધવાની કોશિશ કરતો રહ્યો, જે આર્થિક સ્વાયત્તતા તરફ મારી એક નવી યાત્રા બની.

જ્યારે હું અંતે મારા સ્નાતકની ડિગ્રી મેળવવાનો સમારંભ ઉજવણી રહ્યો, ત્યારે મારું મન આનંદ થી ભરેલું હતું. આ માત્ર એક શૈક્ષણિક સફળતા નહોતિ, પરંતુ એ મારાં સર્વસામાન્ય પ્રયત્નો અને કર્તવ્યની નિષ્ઠા નો પરિણામ હતું.

તેથી, શિક્ષણ ની મહત્વતા ને સમજવું કે તે કેવી રીતે જીવન ને વધુ સારી રીતે સંવાદી બનાવે છે, એ બધા થી વધુ જરૂરી છે. આ સફર, જ્યાં મેં મારાં અનુભવો ને શીખવણો બનાવ્યા, તે જીવન માં પ્રેરણા પ્રાપ્ત કરવાનું એક ઉદાહરણ બની ગયું. જ્યારે આપણે મક્કમ ઈચ્છ રાખીએ છીએ, ત્યારે અભ્યાસ ની શ્રેષ્ઠતા અને વ્યવસાય ને સફળતાની યાત્રા સાથે જોડવું શક્ય બને છે.

૧
અનુભવ અને નિષ્ફળતાઓ

*** નિષ્ફળતા માંથી શીખવાની રીત :**

જીવન માં નિષ્ફળતાઓ એ આપણા ઉદ્યોગ અને સફળતા નો અભિન્ન ભાગ છે. દરેક વ્યક્તિ ના જીવન માં એ શરમજનક અને દુખદાયક ક્ષણો આવે છે, પરંતુ આ ક્ષણો જ છે, જે આપણ ને વધુ મજબૂત, સમજદાર અને પ્રેરિત બનાવે છે. નિષ્ફળતાઓ થી શીખવાની રીત આપણા માટે એક વિશિષ્ટ પાથ ખોલે છે, જે આપણ ને આત્મવિશ્વાસ અને પ્રેરણા આપે છે.

મારી વાર્તા અહીંથી શરુ થાય છે,
જ્યાં મેં પ્રેમ માં નિષ્ફળતા અનુભવ્યું.
આ કથા ને વીતેલા 7 વર્ષી માં એક નવો સ્વરૂપ આપવો, કારણ કે આ મારી મનમાં ના અને દિલ માં ના ઇરાદાઓ નું પ્રતિબિંબ છે. જ્યારે હું પ્રથમ પ્રેમ માં પડ્યો ત્યારે મને એવું લાગતું હતું કે આ સંબંધ મારા જીવન નો સૌથી મહત્વનો ભાગ છે. હું એની સાથે અનેક સુહાકાળ ના અને સ્મરણિય ક્ષણો પસાર કરતો હતો. છતાં, એક સમય આવી ગયો જ્યારે બેહદ સંધર્ષ અને કસોટી આવી.

જ્યારે આ સંબંધ તૂટી ગયો, ત્યારે મને લાગ્યું કે મારી દુનિયા તૂટી ગઈ છે. પ્રેમ માં આ નિષ્ફળતા એ મારી આત્મા ને આહાત કરી રહી હતી. હું પ્રશ્ન કરવામાં લાગ્યો કેશું હું પ્રેમ માટે યોગ્ય હતો? શું હું આ સંબંધને સાચવવા માટે પૂરતો પ્રયાસ કર્યો? આ પ્રશ્નો મને સતત ચિંતામાં રાખતા હતા.

મારા જીવન માં આ પ્રેમ ની તૂટવા ની ઘટના એ એક કટિબદ્ધ સમયે ફેરફાર લાવી. મારે આ સંજોગો ને સ્વીકારી ને આગળ વધવું હતું. જ્યારે હું આ મનોદશા માં હતો, ત્યારે મને એ સમજાયું કે આ અનુભવ ને નિષ્ફળતા ગણાવવું સાચું નહીં. આ તો એક મૂલ્યવાન પાઠ હતું, જે મારા જીવન ની કથા અને પ્રવૃત્તિ માં નવા પ્રેરણા લાવશે.

હું નક્કી કરતું હતું કે મને આ દુઃખ ને કારણે હું પોતાની શક્તિ ને અવગણવા નહીં દઉં. આ નિષ્ફળતા માંથી શીખવાની અને આગળ વધવા ની તૈયારી કરવાનો નિર્ણય લીધો. હું વિચારવા લાગ્યો કે સંબંધો નો અર્થ શું છે અને મનની શાંતિ જાળવવા માં કેવી રીતે સહાયરૂપ બને.

જ્યારે આપણે પ્રેમ માં નિષ્ફળતા અનુભવી એ છીએ, ત્યારે તે જ્ઞાન માટે નું એક ઉચ્ચ માધ્યમ બની શકે છે. મેં પોતાના અનુભવો ને સમૃદ્ધ કરવામાં અને પ્રેરણા બનાવવામાં યોગદાન આપવા નું શરુ કર્યું. મેં વધુ વાંચવું શરુ કર્યું, જીવનનાં શીખવણો ના પાઠો સમજો, અને અન્ય લોકો ના અનુભવો થી પ્રેરણા મેળવવા ની કોશિશ કરી.

આવા સમયે, નિષ્ફળતાઓ અને અનુભવ ને આકાર આપતી ગતિ શરુ થઈ. જ્યારે હું નવા સંબંધો માટે ખૂલે રહ્યો હતો, ત્યારે મેં મારી ભૂતકાળ ની ખોટી બાબતો ને સ્વીકારી લીધું, અને એના આધારે શીખી ને આગળ વધવા નું નક્કી કરેલું. આ દિવસો માં, મારું જીવન નવા સંબંધો ને સ્વીકારવા ની અને જીવન ને નવા જોવાલાયક રસ્તે લઈ જવા ની તૈયારી માં પસાર થઈ રહું હતું.

શિક્ષણ નું મહત્વ અહીં ફરી એકવાર માન્ય હતું. જીવન ની ખરાબ અનુભવો તમને મજબૂત બનાવે છે. આ જ અનુભવો જીવન ને સમજવા માટે ના અભ્યાસ નું સ્ત્રોત છે. નિષ્ફળતાઓ એ આ ઘડી ને એક નવી દૃષ્ટિ આપી, જે આજે મને આગળ વધવા માટે પ્રેરણા આપે છે.

મને યાદ છે કે જ્યારે હું મારી ભૂતકાળ ની પ્રેમકથા વિશે વિચારતો હતો, ત્યારે મને સમજાયું કે દરેક વ્યક્તિ ની યાત્રા અને જીવન માં આવેલા પ્રસંગો તેમને કેટલીક રીતે અસર કરે છે. તે ભૂતકાળ ના ઘટનાઓ ને આવતી કાલ માં નવા પ્રેરણા તરીકે રાખવામાં મદદરૂપ છે.

આ રીતે, પ્રેમ ની નિષ્ફળતા મારા જીવનમાં એક મોકી સંજોગ બની ગઈ, જે મને મજબૂત બનાવતી રહી. આજે હું આ ઘટના ને વધુને વધુ ગણી રહ્યો છું, જે મને નિષ્ફળતા અને અનુભવના મહત્વ નો અનુભવો આપવા માટે મદદરૂપ છે.

આ અનુભવ થી હું શીખ્યો છું કે નિષ્ફળતા અંત નથી, પરંતુ નવી શરૂઆત છે. આજે, હું પ્રેમ ને વધુ સમજતો છું અને જાણું છું કે જીવન માં સફળતા ની શોધ માં નિષ્ફળતાઓ થી શીખવું જરૂરી છે. આ જ નવો ચાંદ તમારા જીવન ને ઉજાગર કરી શકે છે.

10
સ્વ સુધારણા

જીવન માં સાચા અર્થ માં સફળતા મેળવવા માટે, વ્યક્તિ ને સતત વિકાસ અને સુધારણા પર ધ્યાન આપવું જોઈએ. સ્વ સુધારણા એ એક અધ્યાત્મિક અને સામાજિક સફર છે, જ્યાં વ્યક્તિ પોતાની જાત ને પરિપૂર્ણ કરવા માટે નવું શીખે છે અને પોતાની ક્ષમતાઓ ને વિકસાવે છે.

મારી વાર્તા પણ આ જ વાત ને સમર્થિત કરે છે. જ્યારે હું નવા પડકારો સાથે સામનો કરી રહ્યો હતો, ત્યારે મેં સમજ્યું કે જીવન માં આગળ વધવું એ માત્ર બહાર ની દુનિયા સાથે જ નહીં, પરંતુ પોતાની અંદર ની ક્ષમતાઓ ને પણ ઓળખવું છે. આ સફરે મને વિવિધ કુશળતા ઓ શીખવા અને વિકસિત કરવા માટે મજબૂર બનાવ્યું.

* નેતૃત્વનું જ્ઞાન મેળવવું : જ્યારે મેં એક નાનકડી ટીમ માં કામ કરવા નો આરંભ કર્યો, ત્યારે મને નેતૃત્વ ની જવાબદારી લીધી. હું એક પ્રોજેક્ટ માં મુખ્ય વ્યક્તિ તરીકે નિયુક્ત થયો. આ ભૂમિકા માં જોયા પછી અનુભવ્યો કે ટીમ ને સફળ બનાવવા માટે નેતૃત્વ કેટલું મહત્વપૂર્ણ છે. મેં શીખ્યું કે કોમ્યુનિકેશન અને સહયોગ નું મહત્વ છે, અને આનું પરિણામ એ જ હતું કે આખી ટીમ એકસાથે મજબૂત બની ગઈ.

* વિદ્યાર્થી ને માર્ગદર્શન આપવું :

આ પછી, હું મારો પ્રિય વિષય - સામાજિક વિજ્ઞાન પસંદ કરીને નાના વિદ્યાર્થીઓ ને શિક્ષણ આપવા નું શરૂ કર્યું. વિદ્યાર્થીઓ ની યોગ્ય માર્ગદર્શન આપવાના લક્ષ્ય સાથે, હું એ પોતાની સંજ્ઞા અને સહાનુભૂતિ માં વૃદ્ધિ કરવી પડશે. આ અનુભવ થી મને શિક્ષણ માં લાગણી ની પ્રભાવિતા સમજાઈ. જ્યારે હું શીખવું છું, ત્યારે હું સમજી શકું છું કે અભ્યાસ માં ન માત્ર માહિતી નું જ્ઞાન છે, પણ આત્મા ને વ્યક્ત કરવા નો પણ મૌકો છે.

* વ્યક્તિત્વ નો વિકાસ :

મારી નોકરી માં પ્રવેશ કર્યા પછી, મેં કાંઇ નવી વર્કશોપો માં ભાગ લેનાનું નક્કી કર્યું, જે મારી Soft Skills - જેમ કે સંવાદ કળા અને સમય વ્યવસ્થાપન માં સુધારો લાવશે. આ વર્કશોપ માં શીખ્યા પછી, મેં અભ્યાસ અને રોજિંદા જીવન માં શીખેલી વસ્તુઓ ને લાગુ કરવા માટે પ્રયત્ન કર્યો. આવી રીતે, મેં અભ્યાસ માં અને વ્યવસાયિક જીંદગીમાં નવી ઊંચાઈઓ ને સર કરવાની કોશિશ કરી.

* સ્વ-વિશ્લેષણની મહત્વતા :

જ્યારે હું પોતાની બળાઈઓ અને કમજોરિઓ નો આલોકન કરતો હતો, ત્યારે મને અનુભવો અને નિષ્ફળતાઓ ને એક નવી દૃષ્ટિ થી જોવાની જરૂરતા સમજાઈ. હું મારાં રોજિંદા કાર્યો માટે રીવ્યુ કરતા અને મારી અસફળતાઓને ઓળખતા, જેણે મને વધુ સચેત અને પ્રેરિત બનાવ્યું. એક વાર, જ્યારે મેં એક મહત્વપૂર્ણ પરિક્ષા માં મારો ધ્યેય પ્રાપ્ત ન કર્યો, ત્યારે મેં એને પોતાની ખામી ઓળખવા ની તક તરીકે લીધું.

* સતત સુધારણા :

આ બધા મોરચાઓ માં, મેં સમજ્યું કે સ્વ સુધારણા કોઈ એક સમયગાળો નથી, પરંતુ આખી જિંદગી ની પ્રક્રિયા છે. આમાં મારું અભ્યાસ, અનુભવ, નિષ્ફળતા, અને દરેક નવા જળવાઈ રહેલા આશા એકઠા થઇ જાય છે.

સ્વ સુધારણા એ જીવન નું એક મંત્ર છે, જ્યાં હું આજે હું છું અને કઈ રીતે હું જીવતો રહું છું, તેની વાસ્તવિક સમજણ મેળવવી છે.

અંતે, મારું મકાન "દેવી-પ્રભુ વિલા" મારું સમર્પણ, મારો પ્રયત્ન અને મારી સફળતા ની કહાની ની સાક્ષી છે. આ જ છે સ્વ સુધારણા નો માર્ગ, જ્યાં હું સતત આગળ વધી રહ્યો છું અને પોતાની જાતને શ્રેષ્ઠ બનાવવા માટે પ્રયત્નશીલ છું.

11
સકારાત્મક વિચારો

જીવન ના માર્ગમાં, જ્યારે નકારાત્મકતા, સંશય, અને દુ:ખદાયક ક્ષણો નો સામનો કરવો પડે છે, ત્યારે સકારાત્મક વિચારો જ આપણ ને વધુ ઊંચાઈ એ લઈ જઈ શકે છે. સકારાત્મક વિચારધારા કોઈ માત્ર એક શબ્દ નથી, પરંતુ આ છે જીવન નો દ્રષ્ટિકોણ, જે તમારી સફળતા ને દિશા આપે છે.

આવી માનસિકતા સાથેના લોકો ને જીવવા માટે એક નવી આશા, નવા અવસર, અને નવી તાકાત મળે છે. હું પણ મારા જીવન માં આનો અનુભવ કરેલો છું. જ્યારે મારે જીવન ના કેટલાક સૌથી કઠોર સંઘર્ષી નો સામનો કરવો પડ્યો, ત્યારે મેં સમજી લીધું કે જીવન માં સકારાત્મક વિચારધારા નું મહત્વ કેટલું ઊં યું છે.

* માનસિકતા અને સફળતા નો સંબંધ :

સકારાત્મક વિચારો નો આપણા જીવન માં મોટો પ્રભાવ રહે છે. જ્યારે આપણે સકારાત્મક વિચારી એ છીએ, ત્યારે તે આપણાં જીવન માં વધુ સારું બનાવવા માં મદદ કરે છે. માનસિકતા અને સફળતા નો સંબંધ એટલો મજબૂત છે કે, સકારાત્મક વિચારો થી જ આપણે નવા પડકારોનો સામનો કરવા માટે તૈયાર રહી શકીએ છીએ.

જ્યારે હું નવા નોકરી માટે ઈન્ટરવ્યૂ માટે ગયો, ત્યારે મારે જાણવું પડ્યું કે મારા જીવન માં ઘણા પડકારો આવે છે. મારું આર્થિક હાલત નિમણૂક થી જ વધી રહ્યું હતું, અને તે સાથે સંબંધિત ચિંતાઓ ને હું જીવતો હતો. પરંતુ, મેં નક્કી કર્યું કે હું આ અવસર માં બિનમુલ્ય સકારાત્મક મનોવૃત્તિ જાળવી શકું છું.

* **મારી વાર્તા: મુશ્કેલીઓમાં આશાવાદી રહેવું:**

જ્યારે હું વિજ્ઞાન પ્રવાહ માં બે વખત નિષ્ફળ થયો, ત્યારે મારી અંદર ની નિરાશા એટલી ઊંડે પહોંચી ગઈ કે મેં હાર માનવા નો વિચાર પણ કર્યો. પરંતુ, અહીં જ મારે મારું સકારાત્મક વિચાર કરવા ની શક્તિ ઉપયોગ માં લેવા પડ્યું. મેં મારી વિચારો ને મજબૂત બનાવી, ચિંતા અને દુ:ખ ને દૂર કરવા નક્કી કર્યું.

જ્યારે હું નોકરી ની શોધમાં હતો, ત્યારે મારા મન માં ડર અને અંધકાર નો ચક્કર આવ્યો. પરંતુ, મારે વિચાર્યું કે દરેક નોકરી નું ઈન્ટરવ્યૂ એક નવી તક છે. મેં પોતાના મિત્રો અને કુટુંબ સાથે વાત કરી ને પોતાનું આત્મવિશ્વાસ જાળવ્યું, અને દરેક ઈન્ટરવ્યૂ માં સકારાત્મક દૃષ્ટિકોણ રાખ્યો. આ mental attitude ને કારણે જ, મારે એક સારી નોકરી મળી.

* **સકારાત્મક વિચારધારાના લાભ :**

સકારાત્મક વિચારો ને અપનાવવા થી, માત્ર મારી જાતે જ નહીં, પરંતુ મારા પરિવાર માટે પણ નવી હિમ્મત નો અનુભવ થયો. જ્યારે મેં મારા માતા-પિતા ને મારી સફળતાની ઝલક બતાવવી શરૂ કરી, ત્યારે તેમણે પણ મારી પર શાંતિ અને ખુશી ની લાગણી સાથે સકારાત્મકતા જોઈ.

સકારાત્મક વિચારધારા ની આ નીતિ મારું જીવન બદલી નાખી. મેં જોયું કે જ્યારે હું સકારાત્મક વિચારો સાથે જીવો છું, ત્યારે મારી જીંદગી માં વધુ સારું બનતું જાય છે. એક સફળતા પ્રાપ્ત કરવાનો એકમાત્ર માર્ગ એ છે કે તમે સકારાત્મકતા ના માર્ગ પર ચાલો.

**** સમાપન :**

જીવન માં સકારાત્મક વિચારધારા રાખવી એ માત્ર કોઈ સામાન્ય ટેકનીક નથી, પરંતુ એક જીવનશૈલી છે. આ જીવનશૈલી તમારા મકાન ને મજબૂત બનાવે છે, તમારા પરિવાર માં એક શક્તિ નો ભાવ લાવે છે, અને તમારા કાર્ય માં શ્રેષ્ઠતા ના ભાન ને લાવશે.

આ સાથે, મારા જીવન માં પણ માનસિકતા ના પાયા ના આંચકો જોયા છે. હું સફળતા ના માર્ગે આગળ વધી રહ્યો છું, અને મારે જે એકમાત્ર વાત યાદ રહે છે, તે એ છે કે આના પાછળ મારા સકારાત્મક વિચારો છે.

આમ, જીવન માં સકારાત્મક વિચારધારા નું મહત્વ આપણી સફળતા ને આકાશ સુધી લઈ જાય છે. હું આજે તે રસ્તે ચાલું છું, જ્યાં હું મારી સફળતા પ્રાપ્ત કરવા નું પ્રયત્ન કરી રહ્યો છું, અને તેમાં સકારાત્મકતા એ જ મારી સૌથી મોટી શક્તિ બની છે.

12
સખત મહેનત અને શિસ્ત

જિંદગી ની સફર માં, જ્યારે આપણે સફળતા પ્રાપ્ત કરવા માટે પ્રયત્ન કરી રહ્યા હોઈએ, ત્યારે મહેનત અને નિયમિતતા ખૂબ જ મહત્વપૂર્ણ હોય છે. મહેનત માત્ર સંખ્યા ઓ કે કલાકો નો મહેનત નથી, પરંતુ તે આપણા મનોવૃત્તિ અને કાર્ય ની પ્રેરણા છે. મહેનત એ એવી શક્તિ છે, જે આપણ ને આપણા ધ્યેયો તરફ આગળ વધવા માટે પ્રેરણા આપે છે, જ્યારે નિયમિતતા એ છે જે આપણ ને ચોક્કસતા અને ડિસિપ્લિન ના માર્ગે આગળ લઈ જાય છે.

* મહેનત નો સત્ય :

હું મારું જીવન નોંધી ને વાત કરું છું, જ્યારે મને જીવન માં સફળતા મેળવવી હતી. જ્યારે મારે નિયમિતતા ના વિષય માં આગળ વધવું હતું, ત્યારે મારે મહેનત કરવી પડી. જો કે, મારા જીવન માં ખૂબ જ પડકારો અને મુશ્કેલીઓ નો સામનો કરવો પડ્યો, પરંતુ મને મળતી સફળતા એ જ મારા મહેનત અને નિયમિતતા ના પરિણામ તરીકે હતી.

મહેનત અને નિયમિતતા એ જીવન નો અર્થ આપે છે. જ્યારે તમે મહેનત કરો છો, ત્યારે તમે જાતે જ વધુ ને વધુ જાણવા અને કરવા માટે તૈયાર થાઓ છો. આ રીતે, તમે તમારા લક્ષ્યો ને પ્રાપ્ત કરવા ની યાત્રા માં આગળ વધતા રહે છો.

* મારી વાર્તા: મહેનત અને નિયમાનુ પાલન

જ્યારે હું નોકરી ની શોધમાં હતો, ત્યારે જીવન ના દરેક કદમ પર મહેનત કરવા ની જરૂર પડી. જ્યારે મારે મલ્ટીપલ ઇન્ટરવ્યૂ માં ભાગ લેવું પડ્યું, ત્યારે મારે સમય નું સારો ઉપયોગ કરવા માટે મહેનત કરવા ની તક મળી.

તે સમય ની વાત છે, જ્યારે હું નોકરી મેળવવા માટે મારું જીવન જીવતું હતું. મારે અભ્યાસ સાથે નોકરી નું સામવાંક કરવું પડતું હતું. ત્યારે, મેં નક્કી કર્યું કે હું દરેક દિવસે નિષ્ઠા સાથે અને નિયમિતતા થી કામ કરીશ. રોજ સવારે વહેલા ઉઠવું, અભ્યાસ કરવો અને પછી કામ માં જવું - આ પ્રણાળી મારા જીવન ને એક નવાં આકાર માં ઘડવા લાગ્યો.

મહેનત અને નિયમિત તા મારું જીવન સરળ બનાવ્યું. મેં જોઈ છે કે જ્યારે તમે નિયમિત હોવ છો, ત્યારે તમારી મહેનત નું પરિણામ ઝડપ થી દેખાવા લાગે છે. હું જ્યારે સવારે ઉઠી ને અભ્યાસ માટે સમય બાંધતો, ત્યારે હું હંમેશા નવી માહિતી શીખવા માટે તત્પર રહેતો. તે સમયે, જ્યારે હું નિષ્ફળતા નું સામનો કરતો, ત્યારે પણ મને સમજતું હતું કે મારું મહેનત શીર્ષક બનાવશે.

જ્યારે હું નોકરી માં ગયો, ત્યારે નવો એક પડકાર હતો. પરંતુ મારું નિયમિત મહેનત અને અભ્યાસ ની દૃઢતા એ મને આગળ વધવા માટે મોકળું હતું. એક સમયે મેં સમજ લીધું કે જીવન માં મહેનત અને નિયમિતતા નો એક મહત્વપૂર્ણ ભાલો છે. હું જે કામ માં માનીશ, તેને માટે મારું શ્રેષ્ઠ આપવા માટે

મહેનત કરવી જરૂરી છે.

*** ભારતીય પ્રધાનમંત્રી મોદી નું ઉદાહરણ :**

ભારતીય પ્રધાનમંત્રી નરેન્દ્ર મોદી નું જીવન મહેનત અને નિયમિતતા નું એક શ્રેષ્ઠ ઉદાહરણ છે. તેમણે નાના ગામ માંથી શરૂ કરી તેમના વિચારો અને કાર્યકૌશલ્ય દ્વારા દેશ ના નેતૃત્વ સુધી નો માર્ગ પાર કર્યો. તેમના કાર્ય ની મહેનત અને નિયમિતતા છતાં તેઓ એ સામાજિક અને આર્થિક કષ્ટો ને પાર કરી, ભારત ને વિકાસ ની નવી ઊંચાઇ ઓ પર લઈ ગયા. તેમના જીવન માં સતત મહેનત અને ડેડીકેશન નું મલ્ટીપલ ઉદાહરણ મળે છે, જેમ કે તેમને સતત વિકાસને કરવા માટે ખંતપૂર્વક કામ કર્યું.

*** નિયમા નુ પાલન :**

નિયમિતતા એ મહેનત નું પાલન કરતી એક શક્તિ છે. જ્યારે તમે નિયમિત રીતે મહેનત કરો છો, ત્યારે તમે ઉંચા ધ્યેયો તરફ આગળ વધો છો. મારું સ્વપ્ન એ છે કે હું એક દિવસ મારા પરિવાર માટે એક મજબૂત આધાર બની શકું, અને એ જ માટે મારું મહેનત અને નિયમિતતા નું પાલન કરવું અત્યંત મહત્વપૂર્ણ છે.

જ્યારે મારે મહેનત કરવા ની તક મળે છે, ત્યારે હું તે સવારને નમ્રતા થી સ્વીકારી લઉં છું. હું મારા લક્ષ્યો ને જોવા માટે પ્રયત્ન કરું છું અને સમજી લઉં છું કે મારી મહેનત અને નિયમિતતા જ મને જિંદગી માં એક સુખદ અનુભવ આપશે.

**** સમાપન :**

મહેનત અને નિયમિતતા એ જીવનના આધારભૂત તત્વો છે. અહીં એક વાત સમજી લેવી જોઈએ

સફળતા એ માત્ર એક અંતિમ લક્ષ્ય નથી, પરંતુ તે એક યાત્રા છે, જેમાં મહેનત અને નિયમિતતા ના પાયાનું મહત્વ છે. જ્યારે આપણે નિયમિતતા સાથે મહેનત કરીએ છીએ, ત્યારે અમે સ્વયંને માટે એક નવા માર્ગે આગળ વધવા માટે તૈયાર થઈએ છીએ.

આ મારું જ માર્ગદર્શન છે, જે હું આજે જીવન માં અજમાવી રહ્યો છું. અહીં, મહેનત અને નિયમિતતા માત્ર શબ્દો નથી, પરંતુ એક પધ્ધતિ છે જે મને જીવનમાં આગળ વધવા માટે શક્તિ આપે છે.

13

જીવન માં સામાજિક જવાબદારી

જિંદગી નો હંમેશા એક ખ્યાલ થાય છે, જે માત્ર પોતાના ધ્યેયો અને સફળતા તરફ જ નથી, પરંતુ તે આપણા આસપાસ ના સમાજ માટે પણ જવાબદાર રહેવું જોઈએ. સામાજિક જવાબદારી એ એ સકારાત્મક ઉર્જા છે, જે નમ્રતા ની સાથે ના માનવતાવાદી ભાવના અને સમાજ માટે નું યોગદાન આપે છે. જ્યારે આપણે કોઈપણ ક્ષેત્રમાં સફળતા પ્રાપ્ત કરીએ છીએ, ત્યારે તે મોજ બનાવવું જ નહી, પરંતુ તે યોગદાન આપવા નું પણ હોય છે.

* સામાજિક જવાબદારી નું મહત્વ :

જિંદગી માં આપણી સાથે ઘણા લોકો સાથે જોડાયેલા છે - પારિવારિક સભ્યો થી લઈને મિત્રો, સહકર્મીઓ ને અને સમાજ ના લોકો સુધી. એક એવા સમયે, જ્યારે આપણા જિંદગી માં સફળતા મળે છે, ત્યારે તે સમય નો યોગ્ય ઉપયોગ કરીને, આપણા જીવન માં સામાજિક જવાબદારી નું સ્થાન મૂકવું જોઈએ.

સામાજિક જવાબદારી આપણા માટે એક રીતે આપણ ને જીવંત બનાવે છે. જ્યારે આપણે સમાજ માટે કંઈક કરવા ના પ્રયાસ માં રહીએ છીએ, ત્યારે આપણે જાતે જ આનંદ અને સંતોષ અનુભવું છીએ. આની દ્વારા, અમે લોકો ના જીવન માં એક સકારાત્મક પરિવર્તન લાવવા ની કોશિશ કરી રહ્યા છીએ.

* મારી વાર્તા: પરિવાર અને સમાજ માટેનો જવાબદારી

હું મારું જીવન યાદ કરી રહ્યો છું, જ્યારે મેં સ્વતંત્ર બનવા ની કોશિશ કરી હતી. નોકરી મેળવી ને હું મારા માતા-પિતા ની સાથે મળી ને જીવન માં આગળ વધવા નો પ્રયાસ કરી રહ્યો હતો, પરંતુ મારી સાથે જ, સમાજ માં પણ મારી જવાબદારી હતી.

મારે સમજી લીધું હતું કે માત્ર મારા પરિવાર માટે જ નહીં, પરંતુ સમાજ માટે પણ કંઈક કરવું ખૂબ જ જરૂરી છે. મારી નોકરી ને લીધે મને સમજી મળ્યું કે મારો યોગદાન અહીંયા સુધી મર્યાદિત નથી. જ્યારે હું ગોપાલ નમકીન ની મુલાકાત લેતો, ત્યારે હું આ કંપની ના બધા કર્મચારી ઓ સાથે મળી ને તેવા કાર્યક્રમો માં જોડાઈ શકતો હતો, જેમાં સમાજ ને મદદ કરવાનો અભિગમ હોય.

પરંતુ આ યાત્રા માં મને એક ખૂબ જ મહત્વપૂર્ણ વાત સમજાતી હતી: એક વ્યક્તિ તરીકે, હું જાણતો હતો કે મારી પ્રગતિ એ મારી સામાજિક જવાબદારી સાથે જ જોડાઈ છે. હું જોયું કે મારા પરિવાર માં, જ્યારે મારા મમ્મી-પપ્પા ખૂબ મહેનત કરી રહ્યા હતા, ત્યારે તેઓ સમાજ માં પરંપરા અને સહયોગ ના મૂલ્યો નું ઉદાહરણ બન્યા હતા. તેમના દ્વારા મળેલા શીખણાં એ મને પ્રેરણા આપી.

મારા મમ્મી-પપ્પા ની મહેનત અને તેમના કટાક્ષો આદર્શ હતાં. તેઓ એ દયાળુતા ના શીખવણાં અને જીવન માં સકારાત્મકતા ને પ્રોત્સાહન આપ્યું. તે જ સમયે, હું ક્યારેક મારાં મિત્રો અને સહકર્મીઓ ની મદદ કરવા પ્રયત્ન કરતો. હું જોઈ રહ્યો હતો કે આ જ રીતે સામાજિક જવાબદારી મારા જીવન માં પ્રવેશી રહી છે.

જ્યારે મારી નોકરી શરૂ થઈ, ત્યારે હું ખૂબ આઘાતી રહ્યો હતો, પરંતુ મારું ઉદ્દેશ હતું કે હું કેટલાક સેવા કાર્યક્રમો માં ભાગ લઉં. તેમાં થી એક, હું એક અભ્યાસ વર્ગ માં સામાજિક વિજ્ઞાન ની શીખવણો આપવા લાગ્યો. આ મારું સામાજિક યોગદાન હતું, જે મેં મારા જીવન માં સમાવિષ્ટ કરવાનું નક્કી કર્યું હતું. મારે સમજાયું કે શિક્ષણ એ જ એવી શક્તિ છે, જે સમાજ માં બદલાવ લાવી શકે છે.

** સમાપન :

જ્યારે હું મારા જીવન ની આ યાત્રા માં આગળ વધું છું, ત્યારે મારું ફક્ત ધ્યેય નથી કે હું માત્ર મારા માટે સફળતા પ્રાપ્ત કરું. પરંતુ હું આલોચના નું યોગદાન કરવા નું પણ જરૂરિયાત માનો છું. હું કદી પણ મારી સામાજિક જવાબદારી ને ભૂલી જતો નથી.

મને વિશ્વાસ છે કે, જ્યારે હું મારા પારિવારિક મૂલ્યો ને સમજ ને, મેં સમાજ માં નવો અને સકારાત્મક મારો બનાવવા નો પ્રયત્ન કરવો જોઈએ. આ રીતે, અમે બધા ને મળે છે અને એક દ્રષ્ટિ થી ભવ્યતા માં વિઝન બનાવી ને આગળ વધીએ છીએ.

14
આધ્યાત્મિક દ્રષ્ટિકોણ

જીવન માં આધ્યાત્મિક અભિગમ એ દરેક મુશ્કેલી અને મુશ્કેલીને દૂર કરવા માટે એક શક્તિશાળી સાધન છે. આમાં માત્ર ધ્યેયો અને સફળતા જ નહીં, પણ જીવનનો હેતુ અને આંતરિક શાંતિનો પણ સમાવેશ થાય છે. આધ્યાત્મિકતા એવી રીતે જીવે છે કે આપણે જીવનમાં જે કંઈ ધરાવીએ છીએ તેના કરતાં વધુ મૂલ્યવાન છીએ.

*વિવેક અને જીવનનો હેતુ:

અંત:કરણ એ એક એવી જગ્યા છે જ્યાં આપણે આપણી જાત સાથે જોડાવા માટે સમય કાઢી શકીએ છીએ. જ્યારે જીવનની મુશ્કેલીઓ અને પડકારો આપણને દૂબી જાય છે, ત્યારે આ આંતરિક અવકાશમાં જવાની જરૂર છે. ક્યારેક, આ વ્યસ્ત વાતાવરણમાં, આપણે આપણા જીવનનો હેતુ ભૂલી જઈએ છીએ. પરંતુ આત્મવિશ્વાસ અને માનસિક દૃઢતાથી આપણે તે ઉદ્દેશ્ય ફરી એકવાર હાંસલ કરી શકીશું.

જેમ જેમ આપણે આપણા જીવનમાં પ્રવેશીએ છીએ, આપણે સમજીએ છીએ કે દરેક વ્યક્તિનું આપણા જીવનની વાર્તામાં એક મહાન સ્થાન છે. જીવનમાં પડકારો અથવા આંચકોનો સામનો કરતી વખતે, ભગવાનના આશીર્વાદ અને માર્ગદર્શન પર આધાર રાખવો ખૂબ જ મહત્વપૂર્ણ છે.

* મારી વાર્તા: આત્મવિશ્વાસ અને ખંત

જેમ જેમ હું મારા જીવનમાં આગળ વધતો ગયો તેમ, એવા સમયે આવ્યા જ્યારે મને આત્મવિશ્વાસની જરૂર હતી. આ સમય દરમિયાન મેં સખત મહેનત કરી અને નિષ્ફળતાઓનો સામનો કરવો પડ્યો. પરંતુ એક સમયે, જ્યારે હું બંને વખત વિજ્ઞાન પ્રવાહમાં નાપાસ થયો, ત્યારે મને હોસ્પિટલની છત નીચે અંધારું લાગ્યું.

તમે માનસિકતાની આ ઘનતાને કહો છો - જ્યાં તમને આગળ વધવા માટે ઇચ્છા અને આત્મવિશ્વાસની જરૂર છે. આ સમયે, મેં મારા આત્માની તપાસ કરવાનું શરૂ કર્યું. મારો અંતરાત્મા મારી સાથે વાત કરી રહ્યો હતો, જેનાથી મને પ્રેરણા મળી. હું ઊંડા વિચાર અને ધ્યાન માં હતો, જ્યાં મને એક શક્તિશાળી અનુભૂતિ થઈ. આ પ્રક્રિયાએ મને એક નવો રસ્તો બતાવ્યો.

તે બિંદુથી, મેં મારી જાતને વિશ્વાસ કરવાની અને આત્મવિશ્વાસ મેળવવાની તક આપી. આ પરમ નમ્રતા અને ધીરજથી જ દુનિયા મારી સમક્ષ ખુલી ગઈ. મને જાણવા મળ્યું કે મારી પાસે સંઘર્ષ અને નિષ્ફળતા હોવા છતાં, તે બધું શીખવા માટે હતું. હું માનતો હતો કે જીવનમાં જે બન્યું તે મારા માટે એક પાઠ છે - દરેક મુશ્કેલીએ મને મજબૂત બનાવ્યો.

*અંબા ના આશીર્વાદ:

મારે એટલું જ કહેવું છે કે જ્યારે હું આત્મવિશ્વાસ અને માનસિક શક્તિ શોધી રહ્યો હતો ત્યારે મને લાગ્યું કે મા અંબા તેમના આશીર્વાદથી મારી રક્ષા કરી રહી છે. તેણે મારા જીવનને ઉત્સાહ અને પ્રેરણાથી ભરી દીધું અને મને આ દુનિયામાં સાચો રસ્તો બતાવ્યો. મને માર્ગદર્શન આપનાર આદિ શક્તિ માતાના આશીર્વાદ હતા.

***ભગવાન શ્રી કૃષ્ણ મારા ગુરુ છે:**

બીજું, હું ભગવાન કૃષ્ણનો પણ ઉલ્લેખ કરું છું. જે એક ગુરુ જેવો છે જે મને જીવનમાં પ્રેરણા અને માર્ગદર્શન આપે છે. તેમના જીવન મૂલ્યો અને ઉપદેશોએ મને સતત શીખવાની પ્રેરણા આપી. તેમણે શીખવ્યું કે કેવી રીતે કોઈપણ પરિસ્થિતિમાં ધીરજ રાખવી અને હકારાત્મકતા સાથે આગળ વધવું.

આ આધ્યાત્મિક દૃષ્ટિકોણથી આપણે જીવનને માત્ર એક સ્વપ્ન ન સમજવું જોઈએ, પરંતુ સત્યના માર્ગ પર આગળ વધવાનો પ્રયાસ કરવો જોઈએ. આ આધ્યાત્મિક જ્ઞાન માત્ર મારા સંપ્રદાયને જ પ્રતિબિંબિત કરતું નથી પરંતુ તે મને સફળતાના માર્ગ પર આગળ વધવા માટે વધુ મજબૂત બનાવે છે.

****નિષ્કર્ષ:**

આધ્યાત્મિક દૃષ્ટિ જીવનમાં માર્ગદર્શક તરીકે કામ કરે છે. જીવનમાં મુશ્કેલીઓનો સામનો કરવો પડે ત્યારે આત્મવિશ્વાસ આપણને આગળ વધવાની પ્રેરણા આપે છે. મારા જીવનમાં આ પ્રેરણા માતા અંબાના આશીર્વાદ અને ભગવાન શ્રી કૃષ્ણના માર્ગદર્શનને કારણે જ આવી છે.

જ્યારે હું જીવનમાં આ સંઘર્ષમાંથી પસાર થઈ રહ્યો છું, ત્યારે મેં શીખ્યું કે જીવનમાં સાચી સફળતા માનસિક શક્તિ અને આત્મવિશ્વાસથી મળે છે. આગળ વધવાનું મહત્વ એ નથી કે આપણે શું મેળવ્યું, પરંતુ જીવનના આ તણાવમાં આપણે કેવી રીતે ઉભા છીએ તેનું મહત્વ છે.

15
લક્ષ્યાંક તરફ ની યાત્રા

જીવન માં સફળતા મેળવવા માટે, લક્ષ્યાંકો ની સ્થાપના કરવી અને તે તરફ ની યાત્રા માટે યોગ્ય આયોજન અને અમલ કરવું ખૂબ જ મહત્વપૂર્ણ છે. દરેક સફળ વ્યક્તિ ને તેના જીવન માં કોઈ ને કોઈ લક્ષ્ય હોય છે, અને તે લક્ષ્યને પ્રાપ્ત કરવા માટે એક રણનીતિ બનાવવી પડતી હોય છે.

* આયોજન અને અમલ :

લક્ષ્ય પ્રાપ્તિ માટે નો પ્રથમ પગલું છે—યોજનાબદ્ધતા. મન માં એક સ્પષ્ટ લક્ષ્ય નક્કી કરવું એ મહત્વપૂર્ણ છે. આ લક્ષ્ય ને અમલ માં મૂકવા માટે, તે કઈ રીતે મેળવશો, તેના માટે એક માર્ગ બનાવવો જોઈએ.

1. સ્પષ્ટતા

પ્રથમ તબક્કા માં, લક્ષ્ય ને સ્પષ્ટ રીતે વ્યાખ્યાયિત કરવું જરૂરી છે. જ્યાં સુધી લક્ષ્ય ચોક્કસ હશે, ત્યાં સુધી તે તરફ આગળ વધવું વધુ સરળ થશે. ઉદાહરણ તરીકે, "હું સફળ થવા માગું છું" એ એક સામાન્ય લક્ષ્ય છે, જ્યારે "હું એક વર્ષમાં સ્નાતક બનવા માગું છું" એ એક ચોક્કસ લક્ષ્ય છે.

2. કાર્યયોજનાની રચના

લક્ષ્ય ને પૂર્ણ કરવા માટે એક સક્રિય યોજના બનાવવી જરૂરી છે. આમાં વિવિધ પગલાં અને સમય સીમાઓ નો સમાવેશ થાય છે. મારી વાર્તા પરથી, જ્યારે મેં "દેવી-પ્રભુ વિલા" બનાવવાનું લક્ષ્ય નક્કી કર્યું, ત્યારે હું તેને પૂરા કરવા માટે જરૂરી પગલાંઓ ને વિસ્તૃત કરી.

2.1 શોધ : પહેલું પગલું હતું કોઈ પણ અવરોધો અને પ્રશ્નોને ઓળખવું. ઉદાહરણ તરીકે, મારા માટે આર્થિક સંસાધનો અને સમય ની વ્યવસ્થા જરૂરી હતી.

2.2 સ્રોતો : પ્રથમ જ્યાં નવા પ્રવેશ સ્રોતો શોધવા માટે સંસાધનો ની ઓળખ કરી. આમાં નોકરી શોધવા નું અને વ્યાજ થી બચાવવા નું સમાવિષ્ટ હતું.

2.3.સમયસીમા : હું એ યાદી બનાવી કે ક્યારે કઈ વસ્તુ નો અમલ કરવો છે. પ્રાથમિકતા ને ધ્યાન માં રાખી ને સમયસીમા ગોઠવી, જેથી હું દરેક પોઈન્ટ ને નિર્ધારિત સમય સાથે સમાપ્ત કરી શકું.

3. વિક્ષેપોનો સામનો :

યાત્રા દરમિયાન વિક્ષેપો આવી શકે છે. સંઘર્ષ, નિષ્ફળતાઓ, અને અણધાર્યા પડકારો હંમેશા હોઈ શકે છે. આ સમયે, તમે તમારા લક્ષ્ય તરફ નો દ્રઢ સામનો રાખવો પડશે. આને કારણે ક્યારેક મનોબળ ખોટું પડી શકે છે, પરંતુ યાદ રાખો કે સફળતા માટે આ બધા અવરોધો ને પાર કરવું જરૂરી છે.

4. આદર અને સમર્પણ :

લક્ષ્ય તરફ જવા માટે ની યાત્રા માં આદર અને સમર્પણ મહત્વપૂર્ણ છે. લક્ષ્ય ને માત્ર ધ્યાન માં રાખવું પૂરતું નથી; તેને દરેક તબક્કે સમર્પિત રહેવું પડે છે. જ્યારે હું "દેવી-પ્રભુ વિલા" તરફ મારા પગલાં લઈ રહ્યો હતો, ત્યારે હું મારા પરિવાર ના માટે ના પ્રતિબદ્ધતા અને પ્રેમ ને યાદ રાખી રહ્યો હતો, જે મારી મહેનત ને પ્રેરણા આપતું હતું.

* મારી વાર્તા :

જ્યારે હું મારા લક્ષ્ય તરફ આગળ વધતો હતો, ત્યારે મને મારા ઘર ના સ્વપ્ન ને સાકાર કરવા ની દ્રષ્ટિ હતી.

"દેવી-પ્રભુ વિલા" એક સ્થાન નથી, પરંતુ તે મારી સંઘર્ષ અને પ્રયત્નો ની પ્રતિબિંબ છે. આ ઘર બનાવવા ની યાત્રા માં હું ઘણી અડચણો નો સામનો કર્યો, પરંતુ મારા મમ્મી નાં પપ્પાની પ્રેરણા અને મારા નાના તેમજ મિત્રો અને પરિવાર નું સહયોગ મારા માટે ખૂબ જ મહત્ત્વપૂર્ણ હતું.

પ્રેમ, સંકલ્પ અને મહેનતથી જ આ સફર આગળ વધી. હું જાણતો હતો કે આ ઈમારત મારા માટે એક નવી શરુઆત હશે, જ્યાં હું મારા ભાવના અને સંસાધનો ને એકત્રિત કરી શકું છું.

** અંતે :

લક્ષ્ય તરફ ની યાત્રા ક્યારેય સરળ નથી, પરંતુ તે અનિવાર્ય છે. જીવન માં સફળતા ની સીડી પર જવા માટે નું આયોજન અને અમલ કાળજીપૂર્વક કરવા ની જરૂર છે. આ પંથ માં, ધીરજ, સંકલ્પ, અને તમારા મન માં સ્પષ્ટ લક્ષ્ય હોવું જરૂરી છે. દરેક પગલું તમારા માટે એક નવી તક આપે છે, અને પ્રેમ અને સંકલ્પ સાથે આ તકનો ઉપયોગ કરવાની તૈયારી તમારા જીવન માં સફળતા ને લાવશે.

મારી "દેવી-પ્રભુ વિલા" માટે ની યાત્રા એ માત્ર એક ઘર બનાવવા નો પ્રયાસ નથી; તે મારું એક વિશાળ લક્ષ્ય છે, જે આર્થિક અને લાગણીક રીતે મારો નવો જીવંત ગહન કરે છે. આ લક્ષ્ય ની યાત્રા મારું જીવન બદલી નાખશે અને મને આપશે એક દ્રષ્ટિ—માટે ની સફળતા ના પંથ પર વધુ આગળ વધવા માટે ની પ્રેરણા.

16
આધુનિક સમય ના પડકારો

આજ ના ઝડપી વિશ્વમાં સફળતા હાંસલ કરવાની ચિંતાઓ અને પડકારોનું વિગતવાર ચિંતન...

આજ ના આધુનિક યુગમાં, સતત વિકસતા અને ઝડપથી બદલાતા વાતાવરણમાં સફળ થવું વધુ પડકારજનક બની ગયું છે. ટેક્નોલોજી, સતત હરીફાઈ અને મલ્ટિટાસ્કિંગના યુગમાં જીવન વધુ જટિલ, તણાવપૂર્ણ અને વ્યસ્ત બની ગયું છે. આ દુનિયામાં જ્યાં દરેક ઉદ્યોગમાં નવી તકો અને નવીનતાઓ ઉભરી રહી છે, તકોની સાથે, તીવ્ર દબાણ માનસિક સ્વાસ્થ્ય અને વ્યક્તિગત જીવન પર પણ અસર કરી રહ્યું છે.

* ઝડપી જીવન અને સમયનું યોગ્ય સંચાલન:

આજ ના સમયમાં લોકોનું જીવન ઝડપથી બદલાઈ રહ્યું છે. આધુનિક ડિજિટલ યુગમાં, મોબાઈલ ફોન, ઈમેલ, સોશિયલ

મીડિયા અને અન્ય ડિજિટલ સાધનો આપણા કામને સરળ બનાવે છે, પરંતુ તે સતત વિચલિત કરવાની સિસ્ટમ પણ બની ગયા છે. વિવિધ માધ્યમોને કારણે ધ્યાન કેન્દ્રિત કરવું વધુ મુશ્કેલ બન્યું છે. એકસાથે ઘણી વસ્તુઓ કરવાથી વ્યક્તિ ખૂબ જ થાકી જાય છે, જેના કારણે તેના લક્ષ્યો ખોરવાઈ જાય છે.

આ પડકારજનક સમયમાં સમયનું યોગ્ય આયોજન એ એક મોટો પડકાર છે. વ્યસ્ત દિનચર્યા વચ્ચે દરેક કામની સમયમર્યાદા જાળવવી અને કામને પ્રાથમિકતા આપવાની સૌથી મોટી સમસ્યા છે. આધુનિક જીવનમાં, લોકોને એક કરતા વધુ વસ્તુઓ કરવાની ફરજ પાડવામાં આવે છે, જે ધ્યાન અને માનસિક શાંતિ ગુમાવવાનું જોખમ વધારે છે. જ્યારે આપણે ટેક્નોલોજિ દ્વારા જીવનને સરળ બનાવવાનો પ્રયાસ કરીએ છીએ, ત્યારે તે જ ટેક્નોલોજિ આપણને વધુ સમય અને તણાવમાં ખેંચી રહી છે.

*અનંત સ્પર્ધા અને શક્યતાઓ:

આધુનિક સમયના અન્ય મુખ્ય પડકારોમાંનો એક સતત સ્પર્ધા છે. આજે વિશ્વમાં દરેક વ્યક્તિ પોતાના ક્ષેત્રમાં આગળ વધવા માંગે છે અને સ્પર્ધાની આ દોડમાં દરેક વ્યક્તિ પોતાનું શ્રેષ્ઠ પ્રદર્શન હાંસલ કરવાનો પ્રયાસ કરી રહ્યો છે. વિશ્વમાં દરેક ક્ષેત્રમાં સતત સ્પર્ધા છે અને સતત નવીનતાના પ્રયાસો છતાં સતત દબાણ પણ દરેકને મૂંઝવણમાં મૂકે છે.

વિદ્યાર્થીઓ હોય, કર્મચારીઓ હોય કે વેપારી હોય, આજના સમયમાં દરેક માટે નવીનતા અને સતત પ્રગતિ જરૂરી બની ગઈ છે. ટેક્નોલોજિ અને નવી શોધોની તીવ્રતા અને ઝડપ

સાથે બજાર બદલાય છે તેમ, સ્પર્ધા સતત વિકસિત થઈ રહી છે. આ દબાણને લીધે વ્યક્તિ ઘણી વાર તેની મૂળ વિચારસરણી અને લક્ષ્યો ગુમાવે છે. આ સ્પર્ધામાં પોતાની જાતને ખોટી રીતે આગળ વધારવાના પ્રયાસમાં તે તેના મૂળભૂત વિચારોથી ભટકી જાય છે, જે આખરે નિરાશા અને અસંતોષ તરફ દોરી જાય છે.

* **કામ અને અંગત જીવન વચ્ચે સંતુલન:**

ટેક્નોલોજિ આપણું કામ સરળ બનાવે છે, પરંતુ તે જ સમયે તે આપણા માનસિક આરામ અને અંગત જીવનને પણ અસર કરે છે. કામના દબાણ અને ટેક્નોલોજિ પર નિર્ભર જીવનમાં વ્યક્તિને ઓછી સ્વતંત્રતા હોય છે. પરિણામે, કામ અને પરિવાર વચ્ચે સંતુલન જાળવવું એ એક મોટી સમસ્યા બની ગઈ છે.

લાંબા કામના કલાકો અને ધ્યેયોની સતત શોધને કારણે વ્યક્તિ તેના સંબંધો અને પરિવાર સાથેનો સમય ગુમાવે છે. કામના દબાણમાં વ્યસ્ત રહેવાથી વ્યક્તિ પોતાના અમૂલ્ય સંબંધોને પ્રાથમિકતા આપવાનું ભૂલી જાય છે, જેનાથી વર્તનમાં તણાવ અને અસંતોષ વધે છે. આથી આર્થિક સફળતા તો મળે છે, પરંતુ અંગત જીવનમાં સુખ અને માનસિક સંતુલન ખોવાઈ જાય છે.

* **માનસિક સ્વાસ્થ્ય અને તણાવની સમસ્યાઓ:**

તણાવ, હતાશા અને માનસિક સ્વાસ્થ્ય સમસ્યાઓ આજે સામાન્ય બની ગઈ છે. વધતી જતી ટેક્નોલોજિ અને કામના

સ્થળે દબાણ વ્યક્તિના માનસિક સ્વાસ્થ્ય પર નકારાત્મક અસર કરે છે. ખાસ કરીને આજે ટીનેજરોથી લઈને પ્રોફેશનલ લોકો સુધી દરેક જણ તણાવથી પીડાય છે. આજના ઝડપી વિશ્વમાં, લોકો માનસિક તાણને કારણે હતાશા અને ઉચ્ચ સ્તરની તબીબી ચિંતાઓનો સામનો કરી રહ્યા છે.

લોકો નાણાકીય પ્રગતિ અને વ્યાવસાયિક લક્ષ્યો હાંસલ કરવા માટે સતત ઉતાવળમાં હોય છે, જે માત્ર તેમના માનસિક સ્વાસ્થ્યને જ નહીં, પરંતુ તેમના શારીરિક સ્વાસ્થ્યને પણ નુકસાન પહોંચાડે છે. લોકો પર સફળતા હાંસલ કરવા માટેનું વધતું દબાણ, કૌટુંબિક જવાબદારીઓ અને સામાજિક દબાણ આ બધા એક અજાણ્યા તણાવને જન્મ આપે છે જે આખરે તેઓ જીવનમાં આગળ વધતા પહેલા થાકી જાય છે.

...

*આધુનિક સમયમાં, ઝડપથી બદલાતા સંજોગો અને ટેકનોલોજીનો વ્યાપક ઉપયોગ આપણી જીવનશૈલીમાં મોટા ફેરફારો લાવી રહ્યો છે, જેના કારણે નાણાકીય સફળતા અને વ્યક્તિત્વ વિકાસનો પીછો કરતા લોકો ઘણીવાર અંગત જીવન અને સ્વાસ્થ્ય પર ઓછું ધ્યાન આપતા હોય છે. તેને વધુ સ્પષ્ટ કરવા માટે,

ચાલો એક ઉદાહરણ લઈએ:

અજય એક બિઝનેસમેન છે જેનું સપનું સફળ બિઝનેસ ચલાવવાનું છે. તે દરરોજ વહેલી સવારથી મોડી રાત સુધી પોતાના કામમાં સમય વિતાવે છે. ટેક્નોલોજીનો ઉપયોગ કરીને, તેની સતત તેની ટીમ અને ગ્રાહકો સાથે સંપર્કમાં

રહે છે, તેમજ તેના નેટવર્કને વિસ્તૃત કરવા માટે સોશિયલ મીડિયાનો વ્યાપક ઉપયોગ કરે છે.

સતત ધમાલ અને સતત કામના દબાણને કારણે અજય તેના પરિવાર અને મિત્રો સાથે સમય ગુમાવે છે. જો કે તે આર્થિક રીતે ઘણી પ્રગતિ કરી રહ્યો છે, પરંતુ તેની વારંવારની ગેરહાજરીથી તેની પત્ની અને બાળકો અસંતોષ અનુભવે છે.

બીજો તફાવત એ છે કે અજય સતત તણાવને કારણે તણાવ અને ઊંઘની સમસ્યાથી પીડાય છે.

વધુ પડતા દબાણને કારણે અજયની તબિયત અને સંબંધો સારા નથી.

આ ઉદાહરણ બતાવે છે કે આધુનિક યુગમાં જીવનની વ્યસ્ત ગતિ, ટેકનોલોજીનો વધતો ઉપયોગ અને કામના વધુ પડતા દબાણ સાથે વ્યક્તિગત જીવન અને કાર્ય વચ્ચે સંતુલન જાળવવું વ્યક્તિ માટે કેટલું પડકારજનક બની ગયું છે.

17
સફળતા માટે ની નવી રીત

શું ત્યાં નવી પદ્ધતિઓ અથવા તકનીકો ઉપલબ્ધ છે જે તમને સફળતા તરફ દોરી શકે???

આજના ટેક્નોલોજિના યુગમાં જ્યાં દરેક ક્ષેત્રમાં સ્પર્ધા વધી રહી છે, ત્યારે સફળતા મેળવવા માટે ઘણી નવીન ટેકનોલોજિ ઉપલબ્ધ છે. જો આ નવી તકનીકોને યોગ્ય રીતે અપનાવી શકાય, તો તે વ્યક્તિને તેના લક્ષ્ય તરફ ઝડપથી આગળ વધવામાં મદદ કરી શકે છે. સમય અને શક્તિની બચત એ આજની દિનચર્યામાં એક મહાન કળા બની ગઈ છે અને આ નવી રીતોથી શક્ય છે કે આપણે વધુ કાર્યક્ષમ અને સરળતાથી સફળતા મેળવી શકીએ.

* ડિજિટલ સાધનો અને ટેકનોલોજિનો ઉપયોગ:

આજના સમયમાં સફળતા હાંસલ કરવા માટે ટેકનોલોજિ સૌથી મહત્વપૂર્ણ સાધન બની ગઈ છે. ટાસ્ક મેનેજમેન્ટ

એપ્લિકેશન્સ, કેલેન્ડર્સ અને ઉત્પાદકતા સાધનો જેવા ડિજિટલ સાધનોનો ઉપયોગ કરીને, વ્યક્તિ તેના દિવસના કાર્યોનું યોગ્ય રીતે આયોજન કરી શકે છે. પ્રોજેક્ટ મેનેજમેન્ટ ટૂલ્સ જેમ કે, "Trello," "આસન" અને "Slack" વ્યક્તિને તેમના કાર્યનું સારી રીતે આયોજન કરવામાં અને તેને સમયસર પૂર્ણ કરવામાં મદદ કરે છે.

એટલું જ નહીં, આજે આપણી ક્ષમતાઓને વધારવા માટે ઘણા ઓનલાઈન શૈક્ષણિક પ્લેટફોર્મ ઉપલબ્ધ છે, જેમ કે "Coursera," "Udemy," અને "LinkedIn Learning," જેના દ્વારા વ્યક્તિ તેમના ફ્રી સમયમાં નવી કુશળતા શીખી શકે છે. ડિજિટલ લર્નિંગ દ્વારા કોઈપણ વ્યક્તિ તેની કારકિર્દી માટે જરૂરી દરેક નવીનતમ સારા અભ્યાસ અને પ્રમાણપત્ર મેળવી શકે છે, જેથી તે/તેણી વધુ સ્પર્ધાત્મક બની શકે.

* મલ્ટીટાસ્કીંગ માટે એક નવો અભિગમ:

મલ્ટિટાસ્કિંગ, એટલે કે એક જ સમયે એક કરતાં વધુ કાર્ય પૂર્ણ કરવા, આજના ઝડપી વિશ્વમાં સફળ થવા માટે એક મુખ્ય કળા બની ગઈ છે. "ધ પોમોડોરો ટેકનીક", જે 25 મિનિટના ધ્યાન કેન્દ્રિત કાર્યનો ઉપયોગ કરે છે અને ત્યારબાદ 5-મિનિટનો વિરામ, વ્યક્તિને વધુ કાર્યક્ષમ બનવામાં મદદ કરે છે.

આ તકનીક અમને મોટા કાર્યોને નાના ભાગોમાં વિભાજિત કરવામાં અને ટૂંકા વિરામ લેવામાં મદદ કરે છે, જેનાથી લાંબા ગાળાની કાર્યક્ષમતા જાળવી શકાય છે. આ ઉપરાંત, "ગ્રેટ ચાર્ટ" જેવી આયોજન તકનીકો પણ ખૂબ અસરકારક છે, જે વ્યક્તિને તેના કાર્યોનું સારી રીતે આયોજન કરવામાં અને

સમયનો અસરકારક રીતે ઉપયોગ કરવામાં મદદ કરે છે.

*** સોફ્ટ સ્કિલ અને ઈમોશનલ ઈન્ટેલિજન્સ:**

એક તત્વ જે આજે ખૂબ જ મહત્વપૂર્ણ બની ગયું છે તે છે "સોફ્ટ સ્કીલ્સ" અને "ઈમોશનલ ઈન્ટેલિજન્સ". ઈમોશનલ ઈન્ટેલિજન્સનો અર્થ એ છે કે વ્યક્તિ પોતાની અને અન્ય લોકોની લાગણીઓને યોગ્ય રીતે સમજી શકે છે અને આ ગુણ સફળતાની સફરમાં ખૂબ જ મહત્વપૂર્ણ ભૂમિકા ભજવે છે.

"સંચાર" (વાટાઘાટો કરવાની કળા), "ટીમવર્ક" (ટીમમાં કામ કરવાની ક્ષમતા), અને "નેતૃત્વ" (નેતૃત્વની કળા) જેવી નરમ કુશળતા આપણા વ્યાવસાયિક અને અંગત જીવનમાં સફળતા માટે આવશ્યક બની ગઈ છે. . જ્યારે તકનીકી ક્ષમતા આજે મહત્વપૂર્ણ છે, ત્યારે અન્ય લોકો સાથે મજબૂત સંબંધો બનાવવા અને એક ટીમ તરીકે કામ કરવા માટે તમારે જરૂરી નરમ કૌશલ્યો વધુ મહત્વપૂર્ણ છે.

*** સફળતા માટે માનસિક આરામ અને ચિંતા વ્યવસ્થાપન:**
સફળતા માટે શારીરિક અને માનસિક આરામ બંને ખૂબ જ જરૂરી છે. આજની ઝડપી જીવનશૈલીમાં, સતત દબાણ અને તણાવમાં કામ કરવું સામાન્ય બની ગયું છે, જે સ્વાસ્થ્યને અસર કરે છે. તેથી, લાઇફ કોચ અને મનોવૈજ્ઞાનિકોએ લોકોને આરામ અને ચિંતાનું સંચાલન કરવામાં મદદ કરવા માટે તકનીકો વિકસાવી છે.

ધ્યાન, યોગ અને માઇન્ડફુલનેસ જેવી પ્રવૃત્તિઓ દ્વારા, તમે તણાવ મુક્ત કરી શકો છો અને તમારી ઊર્જાને વધુ

સકારાત્મક બનવા પર કેન્દ્રિત કરી શકો છો. માનસિક આરામ અને શાંતિ પ્રાપ્ત કરવા માટેની આ તકનીકો તમને વધુ સારી રીતે ધ્યાન કેન્દ્રિત કરવામાં અને તમારા લક્ષ્યોને પ્રાપ્ત કરવામાં મદદ કરે છે.

*જીવન-શિક્ષણ અભિગમ:

સફળતા માટેનું એક મોટું અને મહત્ત્વનું પગલું એ છે કે સતત નવું જ્ઞાન અને કૌશલ્ય શીખવું. આપણું વિશ્વ સતત બદલાઈ રહ્યું છે, અને નવી તકનીકો, નવા અભિગમો અને નવી શોધો આપણા રોજિંદા કાર્યોમાં રમતમાં આવે છે. તેવી જ રીતે, વ્યક્તિએ પોતાની કુશળતામાં સતત સુધારો કરવો જોઈએ અને "જીવન શિક્ષણ" અપનાવવું જોઈએ.

ઓનલાઈન કોર્સ, ટ્યુટોરિયલ્સ અને પ્રોફેશનલ વર્કશોપમાં હાજરી આપીને વ્યક્તિ પોતાના ક્ષેત્રમાં સતત નવીનતા લાવી શકે છે. આ શિક્ષણ માત્ર વૈજ્ઞાનિક કે ટેકનિકલ જ નથી પરંતુ જીવનના દરેક ક્ષેત્રમાં ઉપયોગી છે અને આ બધી તકનીકો આપણને વધુ કાર્યક્ષમ અને સફળ બનવામાં મદદ કરે છે.

આ સાથે મળીને, નવી તકનીકો અને અભિગમોનો ઉપયોગ કરીને, આપણે વધુ કાર્યક્ષમ બની શકીએ છીએ અને ઝડપથી સફળતા પ્રાપ્ત કરી શકીએ છીએ.

આધુનિક સમયમાં સફળતા માટે નવી ટેક્નોલોજી અને અભિગમ મહત્વપૂર્ણ બની ગયા છે. આ સાથે, વ્યક્તિ તેના લક્ષ્ય સુધી પહોંચવામાં વધુ કાર્યક્ષમતા પ્રાપ્ત કરી શકે છે. અહીં એક ઉદાહરણ છે જે સત્ય પર આધારિત આ તકનીકોને દર્શાવે છે.

ઉદાહરણ: વિજય નો પ્રોજેક્ટ

વિજય નામનો એક યુવક છે, જે સ્ટાર્ટઅપ શરૂ કરવા માંગે છે. પરંતુ તેને તેની નોકરીમાં ઘણી વખત નિષ્ફળતાનો અનુભવ થાય છે અને તે સફળતા મેળવવા માટે નવી તરકીબો અપનાવવા લાગે છે.

1. ડિજિટલ ટ્રૂલ્સ અને ટેક્નોલોજીનો ઉપયોગ:

વિજય પ્રથમ વખત ટેક્નોલોજીનો ઉપયોગ કરે છે. તે ટ્રેલો નામની પ્રોજેક્ટ મેનેજમેન્ટ એપ્લિકેશનનો ઉપયોગ કરે છે, જે તેને તેના પ્રોજેક્ટ્સના વિવિધ તબક્કાઓનું સંચાલન કરવામાં મદદ કરે છે. આ એપ્લિકેશન તેમના માટે તેમની ટીમના સભ્યો સાથે વ્યવહાર કરવાનું સરળ બનાવે છે અને દરેકને તેમની કાર્ય સમસ્યાઓ પર નજર રાખવામાં મદદ કરે છે.

2. મલ્ટિટાસ્કિંગ માટે નવો અભિગમ:

વિજય પોમોડોરો ટેકનિક અપનાવે છે. તે 25 મિનિટ સુધી તીવ્રતાથી કામ કરે છે અને પછી 5 મિનિટનો બ્રેક લે છે. આ રીતે તે લાંબા સમય સુધી કાર્યક્ષમતા અનુભવે છે અને ઉત્સાહ જાળવી રાખે છે.

3. સોફ્ટ સ્કીલ્સ અને ઈમોશનલ ઈન્ટેલિજન્સ:

વિજયને સમજાય છે કે માત્ર ટેકનિકલ સ્કીલ્સ જ નહીં પણ સોફ્ટ સ્કીલ્સ પણ મહત્વની છે. તેથી, તે કોમ્યુનિકેશન અને ટીમ વર્ક પર કામ કરવાનું શરૂ કરે છે. તે નેટવર્કિંગ ઈવેન્ટમાં હાજરી આપે છે, જ્યાં તે અન્ય ઉદ્યોગપતિઓ સાથે વાર્તાલાપ કરે છે, જે તેને નવા વિચારો અને પ્રેરણા આપે છે.

4. માનસિક આરામ અને ચિંતાનું સંચાલન:

વિજય માનસિક આરામ માટે ધ્યાન અને યોગ અપનાવે છે. તે દિવસની શરૂઆત 10 મિનિટના ધ્યાનથી કરે છે, જે તેને આરામ અને શાંત થવામાં મદદ કરે છે. આ રીતે, તે તેના તણાવને ઘટાડે છે અને સ્પષ્ટ મન સાથે કામ કરે છે.

5. આજીવન શીખવાનો અભિગમ:

વિજય તેના ક્ષેત્રમાં નવીનતા જાળવવા માટે ઓનલાઇન અભ્યાસક્રમોમાં હાજરી આપે છે. તે પોતાની જાતને માર્કેટિંગ, ફાઇનાન્સ અને આંત્રપ્રિન્યોરશિપના અભ્યાસક્રમોમાં દાખલ કરે છે, જે તેની કુશળતામાં વધારો કરે છે.

પરિણામ:

આ નવી ટેક્નોલોજીઓને અપનાવ્યા પછી, વિજયે એક વર્ષમાં સફળતાપૂર્વક પોતાનું સ્ટાર્ટઅપ શરૂ કર્યું. તે પોતાની જાતને એક કાર્યક્ષમ, સક્રિય અને તણાવ મુક્ત વ્યક્તિ તરીકે વિકસાવે છે. તેમની સફળતા માત્ર વ્યાવસાયિક ધ્યેયો સુધી જ મર્યાદિત નથી પણ તેમના પરિવાર અને મિત્રો માટે પ્રેરણાનો સ્રોત પણ બને છે.

આ ઉદાહરણ બતાવે છે કે જીવનના વિવિધ પાસાઓમાં સંતુલન જાળવીને નવી તકનીકો અને અભિગમ અપનાવીને કેવી રીતે સફળતા મેળવી શકાય છે.

18
સંસ્કૃતિ અને સમાજ માં સફળતા

સમાજ અને સંસ્કૃતિ કેવી રીતે સફળતા પર અસર કરે છે

આધુનિક વિશ્વ માં, સફળતા માત્ર વ્યક્તિગત મહેનત અને પ્રયત્નો પર જ આધારિત નથી હોતી, પરંતુ તેનામાં સમાજ અને સંસ્કૃતિના આધારભૂત તત્વો પણ એક મહત્ત્વપૂર્ણ ભૂમિકા ભજવે છે. દરેક સમાજ અને તેની સંસ્કૃતિએ આપેલા મૂલ્યો, આશાઓ, અને પરંપરાઓ વ્યક્તિના જીવનમાં પ્રતિકૂળ અથવા અનુકૂળ પરિસ્થિતિઓ ઊભી કરી શકે છે, જે તેના સફળતાના માર્ગને સરળ કે કઠિન બનાવી શકે છે. સફળતા હાંસલ કરવા માટેની વ્યક્તિની યાત્રામાં સમાજના નિયમો, કુટુંબની અપેક્ષાઓ, અને સામાજિક સ્થિતિઓનું મહત્વ ઘણીવાર અદૃશ્ય રહે છે, પરંતુ તે અત્યંત અસરકારક હોય છે.

* સામાજિક સંસ્કૃતિની પ્રભાવશીલ અસર :

એક વ્યક્તિનો સફળતાનો માર્ગ તેનો પોતાની આસપાસના સમાજ અને તેની સંસ્કૃતિના નિયમો, માન્યતાઓ, અને પરંપરાઓ સાથે ગાઢ રીતે જોડાયેલો હોય છે. સામાન્ય રીતે, સમાજના નિયમો અને પરંપરાઓ વ્યક્તિના વર્તન, નિર્ણયો, અને જીવનના ધ્યેયો પર ઊંડો પ્રભાવ પાડે છે.

સમાજ દ્વારા અપેક્ષાઓ અને દબાણો ઘણીવાર વ્યક્તિને ચોક્કસ માર્ગે ચાલવા માટે મજબૂર કરે છે. ઉદાહરણ તરીકે, ઘણા ભારતીય સમાજોમાં, ઉચ્ચ શિક્ષણ મેળવવું, સારી નોકરી મેળવવી અને પરિવાર માટે જવાબદારી લેવી એ જીવનના મુખ્ય લક્ષ્યો માનવામાં આવે છે. આ કારણે, ઘણી વખત વ્યક્તિને પોતાના જુદા સ્વપ્નો તરફ ધ્યેય સાધન કરતા, સામાજિક અપેક્ષાઓને પૂર્ણ કરવી પડે છે.

સંસ્કૃતિ દ્વારા નિર્મિત આ આદર્શો અને ધ્યેયો વ્યક્તિને પ્રોત્સાહિત કરવા ઉપરાંત, ક્યારેક તેની સફળતામાં અવરોધ પણ બને છે. જો સમાજમાં વ્યક્તિના પસંદ કરેલા માર્ગને પ્રતિષ્ઠા ન મળે, તો તે માટે અવરોધો ઉભા થાય છે, અને ઘણી વાર સમાજના દબાણમાં તે વ્યક્તિને પોતાની ઇચ્છાઓથી ડગવું પડે છે.

* પ્રેરણા અને સમાજ નું સમર્થન :

વ્યક્તિની સફળતામાં સમાજ અને પરિવારનું સમર્થન અને પ્રોત્સાહન ખૂબ જ મહત્વનું હોય છે. કુટુંબથી મળતું ભાવનાત્મક સમર્થન અને સમાજમાંથી મળતી પ્રેરણા વ્યક્તિને તેની શ્રેષ્ઠતા સુધી પહોંચવામાં મદદરૂપ થાય છે. ખાસ કરીને, જ્યાં પરિવાર અને સમાજ વ્યક્તિના લક્ષ્યોમાં સાથ આપે છે, ત્યાં તે તે લક્ષ્યોને હાંસલ કરવામાં વધુ સક્ષમ બને છે.

ઉદાહરણ તરીકે, કેટલીક સંસ્કૃતિઓમાં કઠોર મહેનત, દ્રઢ મનોબળ, અને સામૂહિક વિકાસના મૂલ્યો હંમેશા ઊંચી ગુણવત્તાના માનવામાં આવે છે. આવા સમાજમાં રહેતા વ્યક્તિઓ માટે આ મૂલ્યો માર્ગદર્શક ધોરણો તરીકે કામ કરે છે, જે તેમના પ્રત્યેના વ્યવહાર, વિચારસરણી, અને નિર્ણય લેવાની ક્ષમતા પર સીધી અસર કરે છે.

પરિવારના સમર્થન ઉપરાંત, સમાજમાં વ્યક્તિની માન્યતા અને તેમાં તેને મળતી પ્રોત્સાહન પણ તેનામાં આત્મવિશ્વાસ અને લક્ષ્યસાધનની ક્ષમતા વિકસાવવામાં મદદ કરે છે. આ રીતે, વ્યક્તિ ક્યારેય એકલી નથી, તે હંમેશા સમાજના હિસ્સા રૂપે સફળતાની યાત્રામાં આગળ વધે છે.

* સંસ્કૃતિ અને લીડરશિપ :

સંસ્કૃતિના મૂલ્યો વ્યક્તિના લીડરશિપ ગુણોને પણ વિકાસ માટે મદદરૂપ બને છે. કેટલીક સંસ્કૃતિઓમાં, લીડરશિપને વધારે મહત્ત્વ આપવામાં આવે છે, અને બાળકોને નાની ઉંમરથી જ આ ગુણો વિકસાવવા માટે પ્રોત્સાહન આપવામાં આવે છે.

જેમ જેમ કોઈ સમાજ વ્યક્તિગત વિકાસ અને નેતૃત્વને પ્રોત્સાહિત કરે છે, તે તે વ્યક્તિના જીવનમાં મહત્વના મોખરાના ભાગીદાર તરીકે દેખાશે. અખંડ પરિવારમાં કઈ રીતે જૂના માણસો લીડરશિપની ભૂમિકા ભજવે છે અને નવી પેઢીને માર્ગદર્શન આપે છે, તે તેમાં ઉલ્લેખનીય છે.

લીડરશિપના મૂલ્યો વ્યક્તિને સહકાર, કમ્યુનિકેશન, અને ક્રાઇસીસ મેનેજમેન્ટ જેવી કળાઓ શીખવવામાં મદદરૂપ બને છે. જો સમાજ લીડરશિપને અવગણતો હોય, તો તે વ્યક્તિ માટે સફળતાનું આ સ્વપ્ન વધારે દૂર રહે છે.

* સમાજમાં ભાવનાત્મક અને આર્થિક પરિસ્થિતિઓ :

સફળતામાં સામાજિક અને આર્થિક પરિસ્થિતિઓનો મહત્ત્વનો ભાગ હોય છે. ઉદાહરણ તરીકે, કોઈ વ્યક્તિનો પરિવાર આર્થિક રીતે મજબૂત હોય, તો તે વધુ તકો અને સવલતો મેળવી શકે છે. વધુમાં, ઉચ્ચ વર્ગ અને ભૌતિક સુવિધાઓ ધરાવતા લોકો માટે ભણતર અને કારકિર્દી બનાવવાના માર્ગ વધારે ખુલ્લા રહે છે.

તેના વિપરીત, જે લોકોને આર્થિક રીતે પ્રતિબંધિત સ્થિતિમાં જ રહેવું પડે છે, તેમની સફળતા હાંસલ કરવી વધારે મુશ્કેલ બની શકે છે. આવી પરિસ્થિતિઓમાં, સફળતા માટે જરૂરી સાધનો અને શિક્ષણ પ્રાપ્ત કરવું પણ કઠિન બની શકે છે.

આ ઉપરાંત, સમાજમાં જુદા જુદા વર્ગી માટે અલગ અલગ પ્રાથમિકતાઓ હોતી હોય છે. સામાન્ય રીતે ઉચ્ચ વર્ગીમાં સ્થિત વ્યક્તિઓને સમાજ વધુ જલદી સ્વીકારે છે અને તેમનું સ્થાન વધારે મજબૂત હોય છે, જ્યારે નબળા વર્ગીના લોકો માટે સન્માન અને સફળતા મેળવવું વધુ પડકારજનક બની જાય છે.

* પરંપરાઓ અને સફળતાની વ્યાખ્યાઓ :

સંસ્કૃતિ અને સમાજની પરંપરાઓ સફળતાની વ્યાખ્યાને પણ નિર્ધારિત કરે છે. કેટલીક સંસ્કૃતિઓમાં, માત્ર ભૌતિક સમૃદ્ધિને જ સફળતા માનવામાં આવે છે, જ્યારે અન્ય સંસ્કૃતિઓમાં માનસિક શાંતિ, આધ્યાત્મિક વૃદ્ધિ, અને સમાજમાં યોગદાન આપવું પણ સફળતાનું પ્રમાણ છે.

આ રીતે, પરંપરાઓ અને સમાજની માન્યતાઓ આ રીતે વ્યક્તિના લક્ષ્યો અને પ્રગતિના માર્ગ પર સીધા પ્રભાવ પાડે છે.

** અંતિમ વિચાર :

આ રીતે જો આપણે વિગતવાર નજર કરીએ, તો ખબર પડે છે કે સમાજ અને સંસ્કૃતિના તત્વો વ્યક્તિની સફળતા પર ઘેરો પ્રભાવ પાડે છે.

19
સામાજિક ભેદભાવ અને અસમાનતા

સામાજિક ભેદભાવ એ એક મહત્વપૂર્ણ તત્વ છે જે વ્યક્તિની સફળતા ને પ્રભાવિત કરે છે. જાતિ, જાતિ અને ધર્મ આધારિત ભેદભાવ વ્યક્તિના લક્ષ્યો ને પ્રાપ્ત કરવામાં અવરોધક બની શકે છે. આ ભેદભાવ સમાજ ની અપેક્ષાઓ અને માન્યતાઓ થી ઊભા થાય છે, જે વ્યક્તિ ને તેમના સ્વપ્નોને પૂર્ણ કરવા માટે મજબૂર કરી શકે છે.

ઉદાહરણ:

મહેક એક યુવતી છે, જે એક પરંપરાગત ભારતીય સમાજમાં રહેતી છે. તેના સમાજ માં, મહિલાઓ માટે કારકિર્દી બનાવવું એક મોટા પડકારરૂપ કાર્ય છે, અને આ ક્ષેત્ર માં તેમને ઘણીવાર મર્યાદિત અને સામાજિક માન્યતાઓ ની સામે સામે

જવું પડે છે. માહોલ એવા છે કે પુરુષો ને જ મજબૂત અને સક્ષમ માનવામાં આવે છે, અને મહિલાઓ ને પરંપરાગત સ્ત્રીઓ ની ભૂમિકા ભજવવી જોઈએ, જેમ કે ઘર માં રહેવું, પરિવાર નું સંભાળવું, અને બાળકો નું ઉછેર કરવું.

મહેક ને શૈક્ષણિક અને વ્યવસાયિક કારકિર્દી તરફ આગળ વધવા માટે ઘણી મુશ્કેલીઓ નો સામનો કરવો પડે છે. તે પોતાની આકાંક્ષા અને આશાઓ ને પૂર્ણ કરવા માટે બધી મહેનત કરતી હોવા છતાં, તેને પોતાની જાત ને સમર્થન આપવું, અને સામાજિક ભેદભાવના વિરુદ્ધ લડવું પડે છે.

પરંતુ મહેક ને મદદરૂપ થવા માટે તે ન્યાયસંગત સંસ્થા શોધે છે, જે મહિલાઓ ને વેપાર શરૂ કરવા અને તેમની કારકિર્દી બાંધવા માટે પ્રોત્સાહન આપે છે. આ સંસ્થા તેમને તાલીમ, માર્ગદર્શન, અને નેટવર્કિંગ માટે પૂરી પાડે છે. મહેક તેમના સાથે જોડાય છે અને પોતાની ઈચ્છાઓ ને પૂરું કરવા માટે પ્રયત્નશીલ બની રહે છે.

મહેક ની સફળતા માત્ર તેમના પ્રયત્નો પર આધારિત નથી, પરંતુ તેનામાં મળી આવેલા સમર્થન પર પણ આધાર રાખે છે. તે આત્મવિશ્વાસ પ્રાપ્ત કરે છે અને તેના પરીક્ષામાં સારા પરિણામો પ્રાપ્ત કરે છે. તેથી, તે વધુ પ્રેરિત થઈને એક ઓપરેશનલ મલ્ટી-નેશનલ કંપનીમાં ટ્રેઇની તરીકે જોડાય છે. મહેક નું નામ પ્રકાશિત થાય છે અને તે એક સફળ મહિલા

તરીકે ઓળખાય છે, જે પોતાના પરિવારે છેક સુધીની સામાજિક અપેક્ષાઓ ને નકારી રહી છે.

આ ઉદાહરણ થી સ્પષ્ટ થાય છે કે સામાજિક ભેદભાવ વ્યક્તિ ની સફળતામાં અવરોધક બની શકે છે, પરંતુ સમર્થન અને પ્રેરણા મેળવવાથી આ પડકારોને સરળ બનાવી શકાય છે. જ્યારે સમાજના પ્રભાવ અને આર્થિક, સામાજિક અને શિક્ષણમાં પૂરક સહાય હોય, ત્યારે વ્યક્તિઓ તેમની ઓળખ અને સફળતા ના માર્ગે આગળ વધી શકે છે.

* સામાજિક ભેદભાવને ઊભા કરતા કારણો :

સામાજિક ભેદભાવ ના મૂળમાં પુરુષ અને મહિલા વચ્ચે ની પેદાશો ની માન્યતાઓ, પરંપરાગત મૂલ્યો, અને લોકકથા હોય છે. આ માન્યતાઓ ખૂબ જ જૂની હોય શકે છે અને સમય સાથે બદલાતી નથી. આ ભેદભાવના કેટલાક કારણો છે:

* પરંપરાગત માન્યતાઓ: ઘણીવાર સમાજમાં કોઈ ચોક્કસ જાતિના લોકો અથવા જાતિઓને વધારે સન્માન અને એક્સેસ આપવામાં આવે છે, જે અન્ય લોકોની સફળતા પર અસર કરે છે.

* **શિક્ષણ અને અવકાશની અભાવ:** સમાજમાં, કેટલાક સમૂહોને યોગ્ય શિક્ષણ અને તાલીમની સુવિધા ઉપલબ્ધ નથી, જે તેમને આત્મ-વિશ્વાસની ક્ષમતા ન પાડે.

* **સમાજમાં લાગણીઓનું સીમિત સ્વરૂપ:** કેટલીકવાર, સમાજના લોકો વૈવિધ્ય અને સમાનતાના મુદ્દાઓ વિશે જાગૃત નથી, જેના કારણે તેઓ વ્યક્તિગત રૂપે વિકાસ નથી કરી શકતા.

ઉદાહરણ માં ગુણાતીય પરિમાણો અસરો

મહેક ની કથા સામે, જો તે એક વિકૃત વિચારસરણી માં રહી જાય, તો તે નકારાત્મક પરિણામો તરફ દોરી શકે છે. આ કારણે, વધુ નાયકો જેમ કે મહેક, સમાજના પ્રતિકારથી પ્રેરણા મેળવવા, પ્રગતિના માર્ગે આગળ વધવા માટે, અને સમાજને તેમના વિચારોથી સાચવવા માટે આગળ વધે છે.

કેટલાક પુરુષો પણ સામાજિક ભેદભાવના કારણોસર પોતાની આશાઓ ને પહોંચી વળવા માટે લડાઈ કરે છે. તેઓ પુરુષત્વની પરંપરાગત માન્યતાઓ અને તણાવનો સામનો કરી રહ્યા હોય છે.

આ રીતે, જ્યારે વ્યક્તિ આ પ્રકારના સામાજિક ભેદભાવને પ્રતિકાર આપે છે અને સમાજમાં બદલાવ લાવે છે, ત્યારે તે અન્ય લોકો માટે પણ પ્રેરણા બની શકે છે, અને તે સફળતાના નવા ત્રાજી વિકસિત કરી શકે છે.

** અંતિમ વિચાર:

સામાજિક ભેદભાવ વ્યક્તિની સફળતામાં મહત્વપૂર્ણ અવરોધનો સર્જન કરે છે, પરંતુ તેનામાંની શક્તિ અને સપોર્ટની ક્ષમતાને ઓળખવાની જરૂર છે. સમર્થન અને ઉદારતા દ્વારા, વ્યક્તિઓ ભેદભાવને આઝાદ કરી શકે છે, અને તેમના લક્ષ્યોને પ્રાપ્ત કરવા માટે સમાજમાં એક નવો માર્ગ શોધી શકે છે.

20
સંસ્કૃતિ અને લક્ષ્યો ની અમલ કરવાની રીત

સંસ્કૃતિ એ વ્યક્તિ ના જીવનમાં એક મહત્વપૂર્ણ ભૂમિકા ભજવે છે, જે લક્ષ્યોની પ્રાપ્તિના માર્ગને આકાર આપે છે. વિવિધ સંસ્કૃતિઓમાં અલગ-અલગ મૂલ્યો, માન્યતાઓ અને ધ્યેયો હોય છે, જે વ્યક્તિના જીવનમાં સફળતાના માર્ગને પ્રભાવિત કરે છે. કેટલીક સંસ્કૃતિઓમાં આત્મવિકાસ, માનસિક આરામ અને સમાજમાં યોગદાન આપવાનું મહત્વ આપવામાં આવે છે, જ્યારે અન્યમાં આર્થિક સમૃદ્ધિને મુખ્ય લક્ષ્ય માનવામાં આવે છે.

ઉદાહરણ:

મિતે એક યુવાન ભારતીય પુરુષ છે, જે એક પ્રગતિશીલ શહેર માં રહે છે. તેના પરિવારના લોકો વિજ્ઞાન ક્ષેત્રમાં સફળતા

પ્રાપ્ત કરવા માટે તેમને પ્રોત્સાહિત કરે છે. મિતના માતા-પિતા એને ડોક્ટર અથવા વૈજ્ઞાનિક બનવા માટે ઉદ્ધૃત કરે છે, કારણ કે આ વ્યાવસાયિક ક્ષેત્રમાં સામાજિક માન્યતા અને ઇઝ્ઝત છે.

જ્યારે મિતે એક છોકરી સાથે પ્રેમમાં પડે છે, જે આર્થિક સ્વતંત્રતા અને પોતાની કારકિર્દી પર વધારે ધ્યાન કેન્દ્રિત કરે છે, ત્યારે બંને વચ્ચે વિરુદ્ધતા ઊભી થાય છે. મિતના પરિવારની સંસ્કૃતિમાં શૈક્ષણિક સફળતા મહત્વની છે, જ્યારે તેની પ્રેમિકાની માન્યતાઓ વધુ વ્યાવસાયિક મરજી પર આધારિત છે.

અપ્રત્યાશિત તણાવમાં, મિતે પોતાના પરિવારને તેના લક્ષ્યો અંગે સમજાવવા માટે પરિશ્રમ કરવાનો નિર્ણય લે છે. તે તેમના સમર્થન મેળવવા માટે તેમને એ સમજાવે છે કે પોતાની કારકિર્દી પર ધ્યાન કેન્દ્રિત કરવું પણ એટલું જ મહત્વનું છે.

*** નવી દિશા તરફનું પ્રવેશ:**

મિતે અને તેની પ્રેમિકાએ તેમના મૂલ્યોને સંવાદિત કરીને એક નવી દિશામાં આગળ વધવાનું નક્કી કર્યું. તેમણે મળીને

એક નવી કંપની શરૂ કરવાની યોજના બનાવી, જે આરોગ્ય અને સુખ પ્રદાન કરતી સેવાઓ સાથે હતી. આ રીતે, તેઓએ સામાજિક મૂલ્યો અને આધુનિક વિચારધારાને જોડીને એક નવી રીતે વિચારવાનો પ્રયાસ કર્યો.

* સંસ્કૃતિનું પ્રભાવ :

આ ઉદાહરણ દર્શાવે છે કે કેવી રીતે સંસ્કૃતિ વ્યક્તિના લક્ષ્યોને અમલમાં મૂકવામાં પ્રભાવિત કરે છે. જ્યારે કોઈ વ્યક્તિ તેના કુટુંબની અપેક્ષાઓ અને સામાજિક માન્યતાઓ વચ્ચે ટકી રહેવાનો પ્રયાસ કરે છે, ત્યારે તે ખોટી દિશામાં દોડવાની સંભાવના ઊભી થાય છે.

પરંતુ, મિતે અને તેની પ્રેમિકાએ જ્ઞાન અને અનુભવોને ધ્યાનમાં રાખીને પોતાના લક્ષ્યોને પ્રાપ્ત કરવા માટે મળીને એક નવી અને સફળ રાહ શોધી.

** અંતિમ વિચાર :

સામાજિક ભેદભાવ અને સંસ્કૃતિની અસરો એ બંને વ્યક્તિની સફળતાને ઊંડા પ્રભાવિત કરી શકે છે. જ્યારે સંસ્કૃતિ અને પરિવર્તન વચ્ચે વિરુદ્ધતા હોય, ત્યારે વ્યક્તિઓ માટે તેમના લક્ષ્યોને પ્રાપ્ત કરવું મુશ્કેલ બની જાય છે.

પરંતુ જ્યારે લોકો એકબીજાને સમર્થન આપે છે અને નવા રસ્તા શોધી કાઢે છે, ત્યારે તેઓ સફળતાના માર્ગ પર આગળ વધી શકે છે. આ રીતે, મિતે અને તેની પ્રેમિકાએ પોતાના લક્ષ્યોને સફળતાપૂર્વક અમલમાં મૂકવાની નવી રીત શોધી લીધી, જે ન માત્ર તેમના જીવનમાં, પરંતુ તેમના સમુહમાં પણ પરિવર્તન લાવી છે.

21
સફળતા નો ઉત્સવ

જીવન માં સફળતા નો ઉત્સવ એક અભૂતપૂર્વ અનુભવ છે, જે ચોક્કસ લક્ષ્યો ને પ્રાપ્ત કરવા નું અને અમારા પ્રયત્નો ના પરિણામો ઉજવવા નું મહત્વ ધરાવે છે. જ્યારે કોઈ વ્યક્તિ પોતાની મહેનત નો પ્રત્યુત્પન્ન અનુભવ કરે છે, ત્યારે તેના મન માં ઉજવણી કરવા ની આગ્રહ હોય છે. આ સમય માત્ર જીત ને ઉજવવાનો નથી, પરંતુ તે મિત્રતા અને પરિવારના સંબંધો ને મજબૂત બનાવવા નો પણ છે.

*** સફળતા ની મહત્વતા :**

સફળતાના દરેક પ્રકાર ને અલગ રીતે અનુભવવા છતાં, દરેક વ્યક્તિ માટે તેની સફળતા ખાસ હોય છે. તે તમામ પડકારો અને નિષ્ફળતાઓ નો સામનો કરીને, અડચણો ને પાર કરીને, અને જ્યારે તે પોતાના લક્ષ્ય ને પ્રાપ્ત કરે છે. આ ક્ષણ માં, જીવન માં મહેનત નો સાચો સ્વાદ આવે છે અને આનો

મનોવૈજ્ઞાનિક અને ભાવનાત્મક અસરો હોય છે. સફળતા નો ઉત્સવ જીવન ના મહત્વપૂર્ણ પળો ને ઉજાગર કરે છે અને આગળ વધવા ની પ્રેરણા આપે છે.

* સફળતાના ઉત્સવ ની આયોજન :

જ્યારે હું મારા નોકરી માં સફળ થયો, ત્યારે આ પ્રસંગ ને ઉજવવા માટે હું ઉત્સુક હતો. આ ઉત્સવ માત્ર મનોરંજન નહીં, પણ મારા પરિવાર સાથે ના અમૂલ્ય પળો ને શેર કરવાનો અવસર હતો. હું જાણતો હતો કે આ સફળતા ના પાયા માં મારા માતા-પિતા નું ઘણું યોગદાન છે, જેમણે મારી દરેક તબક્કે મને સપોર્ટ આપ્યો.

1. પારિવારિક મેળા

સફળતાને ઉજવવા માટે, મેં મારા પરિવાર ના સભ્યો, મિત્રો અને સહકર્મીઓ ને આમંત્રણ આપી ને એક વિશાળ મેળો યોજ્યો. આ પ્રસંગ મીઠી યાદો ને જીવંત બનાવવા ની તક હતી, જ્યાં સૌ કોઈ મોજ કરી શકે.

2. યાદગાર ક્ષણો

ઉત્સવ દરમિયાન, અમે સાથે મળીને હસ્યા, અને પ્રેરણાત્મક વાર્તાઓને શેર કરી. જ્યારે મેં મારા માતા-પિતાને કહ્યું કે હું નોકરી માં સફળ થયો છું, ત્યારે તેમની આંખો માં ખુશી અને ગર્વ ના આંસૂ ઓ હતા. તેમના આંસુઓ થી મને વધુ પ્રેરણા મળી.

3. વાર્તાઓ અને શીખવણો

આ ઉત્સવ માં, અમે દરેકે પોતાની સફળતા પાછળ ના કિસ્સાઓ ને રજૂ કર્યા. મેં મારી નિષ્ફળતાઓ, સંઘર્ષ અને આરંભ ની કથાઓ શેર કરી, પરંતુ આ તમામ માં મુખ્યત્વે ખુશી અને જીત ની ઉજવણી હતી.

** સમાપન :

સફળતા નો ઉત્સવ મોજ-મસ્તી માટે નું સમય નથી, પરંતુ તે મહેનત અને પ્રતિબદ્ધતા ના માર્ગદર્શક રૂપ માં નવી દ્રષ્ટિ આપવા ની ક્ષણ છે. આ ઉત્સવ થી આપણે આગળ વધવા માટે પ્રેરણા મેળવી શકીએ છીએ અને નવા લક્ષ્યો ને પ્રાપ્ત કરવા માટે સજ્જ થવા માં મદદ મળે છે.

મારા ઉત્સવ દરમિયાન, જ્યારે મેં મારી સફળતા ઉજવી, ત્યારે આ પ્રસંગ મારો પરિવાર, મિત્રો, અને પ્રિયજનો સાથે આનંદ માણવા ની એક અસાધારણ તક બન્યો. આ સફળતા માત્ર મારી જ નથી, પરંતુ તે દરેક ના સંઘર્ષ અને સપનાઓ નું પ્રતિબિંબ છે.

અંતે

સફળતા નો ઉત્સવ એ જીવન માં એક મહત્વપૂર્ણ તબક્કો છે, જે અમને યાદ અપાવે છે કે સત્ય મહેનત અને પ્રતિબદ્ધતા થી મળતી દરેક સફળતા ઉજવવા જેવી છે. જેમ જેમ અમે જીવન માં આગળ વધીએ છીએ, એમ જ જો અમારા ઉપલબ્ધિઓ ને સાથે ઉજવીએ, તો તે અમારું જીવન વધુ સમૃદ્ધ બનાવે છે.

આ ઉત્સવ મારા માટે ક્યારેય ભૂલવવાની બાબત નથી, કારણ કે તે મારે પ્રાપ્ત કરેલા તમામ લક્ષ્યો ની યાદ અપાવતું રહેશે અને મારી આગળ વધવાની પ્રેરણા તરીકે મને માર્ગદર્શન કરશે.

22

"મૂસાફર" ની સફર

જ્યારે હું મારા જીવન ના આ અવસર ઉપર ઊભો છું, ત્યારે હું માનું છું કે સફળતા ની યાત્રા એ એક વિશિષ્ટ પ્રસંગ છે, જે દરેક વ્યક્તિ માટે એક અનોખી રીતે પેદા થાય છે. આ સફર એવી છે, જે ફક્ત લક્ષ્ય સુધી પહોંચવા માટે નહીં, પરંતુ તેના માર્ગ, અનુભવો અને શીખવણીઓથી ભરેલી હોય છે. જ્યારે મેં "મૂસાફર" તરીકે સફળતા ની શોધ શરુ કરી, ત્યારે મને ખબર હતી કે આ સફર ક્યારેક સામાન્ય અને ઘણી વખત અસામાન્ય હશે.

સફળતા નો અર્થ દરેક વ્યક્તિ માટે જુદો જુદો હોઈ શકે છે. કેટલાક માટે, તે નાણાકીય શ્રેષ્ઠતા હોઈ શકે છે; બીજા માટે, તે માનસિક શાંતિ અને સંબંધોની ગુણવત્તા હોઈ શકે છે. પરંતુ જ્યારે મેં મારા જીવન માં આ પડકારો નો સામનો કર્યો, ત્યારે મેં શીખ્યું કે સફળતા એ એક વ્યાખ્યામાં બંધાયેલી નથી. તે દ્રષ્ટિ, ધ્યેય, અને સમર્પણના સંયોજન થી બનેલી છે.

જ્યાં સુધી મને યાદ છે, મેં મજકાતી સંબંધો, મારું કાર્ય, અને નિત્ય નવશીખવાના અવસર માટે પ્રયત્નો કર્યા. અહીંથી, હું જાણતો હતો કે સફળતાનું મૂળ તત્વ મારો ધ્યેય છે. મારી પ્રેરણાનો સ્રોત મારી માતા-પિતા હતા, જેમણે મારી દરેક સફળતા પાછળનો આધાર પુરાવો. આ વાંચનમાં, હું તેમને યાદ કરું છું, જેમણે મને આ સફર માં પગલાં ભરીને આગળ વધવા માટે હંમેશા પ્રેરણા આપી.

મારા જીવન માં નિષ્ફળતાને કારણે શીખવણો મહત્ત્વપૂર્ણ હતા. જ્યારે મેં બે વખત વિજ્ઞાન પ્રવાહ માં નિષ્ફળતા અનુભવવી હતી, ત્યારે મારું દિલ તૂટી ગયું. પરંતુ આ નિષ્ફળતાઓ એ મારી મનોવિજ્ઞાન માં એક નવું વળણ લીધું. એમણે મને આત્મ-વિશ્વાસ અને ધૈર્ય સાથે આગળ વધવા પ્રેરણા આપી. આજે જ્યારે હું આ ભૂલને યાદ કરું છું, ત્યારે હું જાણું છું કે હું તે પહેલાં ક્યારેક ન પહોંચ્યો હોત જો મેં હાર માનવા ન હેતુ રાખ્યો હોત.

સફળતા તરફ નો આ માર્ગ સરળ ન હતો, અને હું ઘણી વાર માનસિક અને ભાવનાત્મક રીતે તણાવમાં હતો. પરંતુ નિષ્ફળતાઓ ને પાર કરીને જે શીખવા મળે છે, તે અસલ સફળતાનો અમૃત છે. મેં શીખ્યું કે નિષ્ફળતાઓ નો સામનો કરવો, તેમ છતાં હાર ન માનવું, એ સફળતા મેળવવાની યાત્રામાં એક મહત્ત્વપૂર્ણ ઘટક છે.

આ યાત્રામાં એક મહત્વનો મોંઘવારી નો ભાગ એ હતો, જ્યારે મેં 7 વર્ષ ના પ્રેમ ને ખોવ્યો. આ લાગણીઓ એ મને ગમી હતી, પરંતુ તે યાદો માં ડૂબી જવાની જગ્યાએ, મેં તેને મારા માટે એક પ્રેરણા તરીકે અપનાવી. મેં શીખ્યું કે પ્રેમ માત્ર સંબંધો જ નહીં, પરંતુ તે આત્મા સાથેના સંઘર્ષ અને સંઘર્ષનું પ્રતીક છે.

પ્રેમ માં એક સચોટતા છે, જે જીવન ની પરિસ્થિતિઓ ને સંભાળવામાં મદદ કરે છે. જ્યારે હું મારી લાગણીઓ ને સ્વીકારવા માટે તૈયાર થયો, ત્યારે હું ફરી થી પ્રેરણા મળી. આ પ્રેમે મને શીખવ્યું કે જીવન માં કોઈપણ વસ્તુ શોધવા માટે, તમારે જાતે જાતે પ્રેમ કરવો પડશે.

જ્યારે તમે સફળતા ના માર્ગે જઈ રહ્યા છો, ત્યારે સમય વ્યવસ્થાપન એ મહત્વપૂર્ણ તત્વ છે. જ્યારે મેં નોકરી સાથે શિક્ષણ મેળવવા માટે પ્રયત્ન કર્યો, ત્યારે મારે પરિવાર ની જરૂરિયાતો અને શીખવાનો સમય સાંજે નું સંતુલન મેળવવું પડ્યું. મારી ટેબલ પર બેસી ને શીખવું ક્યારેક ઘણું થાકાવેલું હતું, પરંતુ તે જ સમયે, મેં તે સમય ને વિલંબિત ન કરવા માટે પ્રયત્ન કર્યો.

મારી કારકિર્દી અને શિક્ષણ બંને ને સંલગ્ન કરવાની આ પ્રક્રિયામાં, હું શીખ્યો કે પ્રાધાન્ય અને સંચાલન એ મુખ્યતાને દર્શાવે છે. મારા પ્રશ્નોનો ઉકેલ મેળવવા માટે, સમયનું યોગ્ય પ્રબંધન કરવાની કળા માં વિકસાવી. આમ, જ્યારે હું

સકારાત્મક રીતે સમયનો ઉપયોગ કરવા માંડચો, ત્યારે મારા સફળતા ના મૂલ્યો વધુ સ્પષ્ટ થયા.

એક વખત સફળતા ને પ્રાપ્ત કર્યા પછી, આપણું મકસદ માત્ર પોતાના માટે સફળ બનવાનો નથી, પરંતુ આપણા સમાજ અને પરિવારો માટે પણ જવાબદાર રહેવું જોઈએ. આ લખાણમાં, હું લોકોની સમૃદ્ધિ માટે કામ કરવાના અનુકૂળ પરિપ્રેક્ષ્યમાં વાત કરીશ. અમે જ્યાં રહી રહ્યા છીએ, તે સામાજિક જવાબદારી તરીકે અમને એક દ્રષ્ટિ આપવું જોઈએ.

જીવન માં સામાજિક જવાબદારીની જરુર પડે છે. જ્યારે મેં "દેવી-પ્રભુ વિલા" બનાવ્યું, ત્યારે મારા મનમાં માનવીયતાનો આધાર હતો. આ ઘર મારા માટે માત્ર એક માળખું નથી, પરંતુ તે મારા પ્રેમ અને સંકલન નું પ્રતીક છે. મારે મારા પરિવારને એક પરિપ્રેક્ષ્યમાં સમજાવવા માટે માનસિકતા હોવી જોઈએ, અને તેમાંથી જ મને પ્રસન્નતા મળે છે.

આ પુસ્તક, "સફળતા ની શોધ માં..." છેડે આવી પહોંચ્યું છે. પરંતુ આ વાર્તા અહીં સમાપ્ત નથી; તે માત્ર એક નવી શરૂઆત છે. હું ઇચ્છું છું કે આ પુસ્તકના દરેક પાનું વાંચન કરતા, તમે તમારું બળ અને સફળતાના માર્ગમાં તમને પ્રેરણા આપતું બની શકો.

તમારા લક્ષ્યો ને ઓળખો : યાદ રાખો, સફળતા એ ફક્ત તમારી મર્યાદાઓને પાર કરવાની વાત નથી, પરંતુ તમારી જાતને ઓળખવાની અને આગળ વધવાની છે. દરેકને પોતાની સફળતાની સફર શરૂ કરવાની તક મળે છે. તમે કોણ છો, તે જોવાની અને તમારા ભવિષ્યને બનાવવાની તક છે.

દરેક ના અનુભવોને માન્યતા આપો : જયારે તમે અન્ય લોકો ના અનુભવો થી શીખો છો, ત્યારે તમારી પ્રેરણા વધે છે. સફળતા ની હકીકત એ છે કે તે શ્રેષ્ઠતા તરફનું પગલું છે.

"મૂસાફર" તરીકે મારું સફળતા નું કામ પૂરું થવા પર, હું કહું છું કે કોઈ પણ નિષ્ફળતા ને સમાધાન તરીકે માનવું જોઈએ, કારણ કે દરેક પળ માં શીખવાની સામગ્રી છે. સફળતા નો અર્થ એ છે કે તમે કેટલા વખત હાર્યા, પરંતુ તમે કેટલા વખત ઉઠ્યા.

આ પુસ્તક માત્ર મારા જીવનના અનુભવ ને ટંકાવી રહ્યા નથી; તે દરેક માટે એક પ્રેરણાનું પ્રતિક છે.

***

<u>મારા જીવન ની કોઈ મોટી એવી સફળતા પણ અહી નથી દર્શાવી કે જેના પર પુસ્તક લખી શકાય. આ એક માધ્યમ છે મારા વિચારો તમારા સુધી પહોંચાડવાનું.</u>

***

દરેક વ્યક્તિ ની જિંદગીમાં નિષ્ફળતા અને સફળતાનો સમુચ્ચય હોય છે. જો તમે આ સફળતા ની યાત્રા માં આગળ વધવા માટે તૈયાર છો, તો તમારા માટે દરેક અવસર મોજ અને વિલંબમાં તમારા માટે ખૂણો કરશે.

સફળતા તો કૈક છે, પરંતુ જીવનમાં સફળતા મેળવવા માટે, તમારે પહેલે થી જ સફળ થવું પડશે. આવો, ભવિષ્યના માર્ગમાં આગળ વધીએ, નવા ક્ષિતિજને શોધીએ, અને આપણું જીવન એક સફળતાના ઉત્સવમાં ઉજવીએ.

અંતે, સફળતા ની આ યાત્રા એક સફર છે, અને અમે બધા આ સફર માં એકસાથે છીએ. ભવિષ્ય માં આગળ વધો, અને તમારું જીવવું એ તમારા સફળતા નું ઉત્તમ પ્રતીક છે.

23

સફળતા ની શોધ માં
(કવિતા)

* હારી ને પણ હુ જીત્યો છું, મળી નથી હજી સફળતા, પરંતુ હુ મારી નીસફળતા ઓ માંથી પણ ઘણું ઘણું શીખ્યો છું..

(અર્થ: અહીં કહવામા આવી રહું છે કે હું હારી જાઉં છું પરંતુ તે છતાં હું જીત્યો છું, કેમ કે હું મારી નિષ્ફળતાઓ માંથી ઘણું શીખ્યો છું. સફળતાના પર્યાવરણ માં નિષ્ફળતા પણ અમુક રીતે જીતની જેમ છે.)

* ક્યારેક ખોટી ની લત માં લૂંટાયો, ક્યારેક દોસ્તૌ ની મહેફિલ માં અટવાયો,

પડી જ્યારે ખબર, નથી હવે હાથ માં સમય, ત્યારે તો હુ ચિંતા નાં બોજ માં દટાયો...

(અર્થ: આ પંક્તિઓ માં લેખક કહે છે કે ક્યારેક में ખોટી દિશા માં વહી ગયો, તો ક્યારેક મિત્રો સાથે મજા કરતા અટવાઈ ગયો. જ્યારે હું સમજ્યો કે હવે સમય નહોતો, ત્યારે હું ચિંતા અને ઉદાસીનતા ના બોજ નીચે દબાઈ ગયો.)

* આ બધાં પછી જ હુ મહેનત નામ ની ફોજ જોડાયો...

(અર્થ: આ પંક્તિમાં તે કહે છે કે આ બધા પછી, में મહેનતને મારા જીવનનો સહારો બનાવ્યો. મહેનત મારી મહેનતની ટીમ બની ગઈ.)

* કરી કરી ને થાક્યો મહેનત પણ નીસફળતા સિવાય નામ નથી...

મળશે સફળતા એક વાર જરુર, એ વિચાર સિવાય બીજો કોઈ માર્ગ નથી...

(અર્થ: મહેનત કરવાની બિનરાજી કે તે થાકવાનો અનુભવ, પરંતુ મને સત્ય જણાયું કે મહેનત વગર સફળતા નહીં મળે. મારો માનવ અધિકાર છે કે એક દિવસ મને સફળતા મળશે.)

* હવે તો રોજ શ્વાસે શ્વાસે સફળતા સંભળાય છે, પણ હકીકત માં તો રોજ નીસફળતા નાં દરિયા માં જ નવ્હાય છે...

(અર્થ: આજકાલ સફળતાની બધી વાતો દરેક વ્યક્તિ કરે છે, પરંતુ હકીકતમાં, નિષ્ફળતા દરેક જણના જીવનમાં છે.)

* સફળતા ધીરજ અને શાંતિ થી જ મળે, કેમ કે ઉતાવળ કરે તો આજકાલ ઉપાદી જ મળે...

(અર્થ: સફળતા માટે ધીરજ અને શાંતિ ખૂબ જ મહત્વપૂર્ણ છે. જો આપણે ઉતાવળ કરીએ છીએ તો આપણે ખૂબ જ બગડેલા પરિણામો મેળવીએ છીએ.)

* હાલું છું હજી હાર નાં માર્ગે, કેમકે અડગ છું, સફળતા નાં વિચારે...

ભટક્યો છું...સફળતા ની શોધ માં, કેમકે ઘવાયો છું.. નાની મોટી નિસફળતાઓ માં...

(અર્થ: હું હજુ હારના રસ્તે છું, કારણ કે હું સફળતાના વિચારો માં સમાધાન છું. હું સતત સફળતાની શોધમાં છું, કેમકે હું ઘણા નાની અને મોટી નિષ્ફળતાઓ માંથી પસાર થયો છું.)

* હાર નહીં માનું હુ મારા અંત સુધી, કદાચ મહેનત કરતા કરતા હુ મરી પણ જઈશ...

પણ મરતા મરતાં મારી કબર પર સફળતા એવું લખી ને જઈશ...

(અર્થ: હું મારા જીવનના અંત સુધી હાર ન માનવાનો વાયદો કરું છું. કદાચ મહેનત કરતાં, હું મરી પણ જશ , પરંતુ મારું

લક્ષ્ય રહેશે કે મારી કબર પર લખાણ હોઈ શકે છે કે હું સફળ વ્યક્તિ હતો.)

* જીવતે જીવ મળે કે ન મળે સફળતા, પણ મારા મર્યા પછી, હુ સફળ વ્યક્તિ હતો, એવું દુનિયા ને કહેડાવી ને જઈશ...

(અર્થ: જીવનમાં સફળતા મળે કે ન મળે, પણ મારા મર્યા પછી, હું દુનિયા માં જાણીતો વ્યક્તિ બનીશ કે હું એક સફળ વ્યક્તિ હતો. આ મારે માટે સૌથી મહત્ત્વનું છે.)

*** સંદેશ ***

આ કવિતા જીવનમાં પડકારો અને નિષ્ફળતાનો સામનો કરવાના અનુભવનું પ્રતિબિંબ છે. તે જણાવે છે કે, સફળતા પામવા માટેનું માર્ગદર્શન મહેનત, ધીરજ, અને ઉદ્દેશની સહાયથી બનાવવામાં આવે છે. જે વ્યક્તિ મુશ્કેલીઓનો સામનો કરી શકે છે તે જ વાસ્તવમાં સફળતાના મંચ પર ઊભો રહે છે.

આ કવિતાનો અને તેના અર્થનો મુખ્ય ઉદ્દેશ લોકોને પ્રેરિત કરવાનો છે કે તેઓ કેવી રીતે હારને જીતમાં ફેરવી શકે છે અને સફળતાને કેવી રીતે સાંપડવા માટે મહેનત કરી શકે છે.

24
અંતિમ વિચાર

જ્યારે હું આ પુસ્તક ને પૂર્ણ કરું છું, ત્યારે મને મારા જીવન ના અનુભવો, શિક્ષણ અને સંઘર્ષો યાદ આવે છે, જેમને મેં આ સફર માં ભોગવ્યા છે. દરેક પૃષ્ઠ, દરેક વાર્તા અને દરેક ઉદાહરણ મારા માટે એક નવી યાદ દસ્તાવેજ બનાવે છે, જે જીવન ના મહત્વના પાઠો શીખવતા રહે છે.

જીવન નો માર્ગ છે એક લાંબો અને મોહિત કરતો સફર, જેમાં સફળતાની શોધ કરવી એ એક પડકાર છે. આ બુક માં મારી આ વાતો, અનુભવો અને વિચાર વિમર્શી એ માત્ર કથાઓ નથી, પરંતુ તે જીવનના સત્ય છે, જેને મેં અનુભવી છે. મારું જીવન મારા માટે એક ઉદ્દેશ છે — એક સફર જે તદ્દન સરળ નથી, પરંતુ જેમાં અસંખ્ય અનુભવોનો આનંદ ભણ્યો છે.

હું સમજવા લાગ્યો છું કે સાચી સફળતા ક્યારેય જલદી પ્રાપ્ત થતી નથી, પરંતુ તે સખત મહેનત, નિષ્ફળતાઓ અને

સંઘર્ષની પરિમાણો દ્વારા પ્રાપ્ત થાય છે. જીવનમાં કેટલાક પ્રસંગો આવી આવે છે કે જ્યારે જડબેસલાક લાગણીઓ અનુભવવાની જરૂરિયાત હોય છે. તે ક્ષણો એ છે, જ્યારે આપણ ને સફળતા માટે ની લડાઈ ની મજબૂતી અને તેની મીઠાશ સમજવા માં મદદ મળે છે.

* જીવન ના અનુભવો :

મારી સફર એવી છે, જેમાં કેટલીકવાર મને અસફળતા મળી, પરંતુ દરેક નિષ્ફળતા મને વધુ શક્તિશાળી બનાવતી હતી. જીવન ની પથ પર, નિષ્ફળતાઓ અને સફળતાઓ બંને નો સન્માન કરવો જરૂરી છે. નિષ્ફળતા એટલે કે, એક કળાનું રૂપ છે, જે આપણી શોધની એક ભાગ હોય છે. દરેક નિષ્ફળતા આપણ ને વધુ મજબૂત બનાવે છે અને આપણને માર્ગદર્શન આપે છે કે કઈ રીતે આગળ વધવું છે.

આ પુસ્તક લખવાનો મારું ઉદ્દેશ એ છે કે હું મારા અનુભવોને વહેંચી શકાય અને બીજાને પ્રેરણા આપી શકાય. જ્યારે મેં મારી સમસ્યાઓનો સામનો કર્યો, ત્યારે મને મારા પરિવાર, મિત્રો અને માર્ગદર્શન આપનારાઓનું સમર્થન મળ્યું, જેમણે મને આગળ વધવામાં મદદ કરી. હું આ બધાને દિલ થી આભાર માનું છું, જેમણે મારી સફળતા માટે નો માર્ગ સરળ બનાવ્યો.

* સામાજિક અને સંસ્કૃતિક પ્રવૃતિઓ :

મારી સફળતા પર સામાજિક ભેદભાવ, સંસ્કૃતિ અને સમાજ નો પણ મોટો પ્રભાવ રહ્યો છે. કેટલીક વાર, આ પરિસ્થિતિઓ એ મારું માર્ગદર્શન કરવાનું શરૂ કર્યું, પરંતુ તેમાંથી પીડા અને માનસિક સંઘર્ષી પણ અનુભવે છે. તેમ છતાં, મેં દરેક પડકારનો સામનો કર્યો અને સમર્થન મેળવ્યું. આના માધ્યમ થી હું મારા લક્ષ્યો તરફ આગળ વધ્યો અને સમૃદ્ધિ તરફ દોરી ગયો.

* માનવતા નો અનુભવ :

આ પુસ્તક ના દ્વારા હું માનું છું કે દરેક વ્યક્તિ ની સફળતા અલગ હોય છે. જયારે કોઈ વ્યક્તિ એક નવું હાંસલ કરે છે, ત્યારે તે તેમની સમસ્યાઓ ને હરાવવાનો અને જીવન માં પોતાની જગ્યા બનાવવા નો મહત્વ દર્શાવે છે. દરેક માણસ ની સફળતા તેઓના મનોવલ્ય, મહેનત અને ઈરાદા ને આધારે ભિન્ન હોય છે.

*** અંતે ***

આ રીતે, જીવન માં કાંઈય પણ મેળવવા માટે નો માર્ગ મુશ્કેલ રહે છે, પરંતુ તે કરવાના ઈરાદા સાથે જ આગળ વધવું પડે છે. જ્યારે તમે સફળતા ના શિખર પર પહોંચ્યો છો, ત્યારે દરેક ક્ષણ ને ઉજવવું જોઈએ — ફક્ત સફળતા જ નહીં, પરંતુ તે સફળતા પ્રાપ્ત કરવા માટેના દરેક પડકાર ને પણ.

મને આશા છે કે, આ પુસ્તક તમારા માટે માત્ર પ્રેરણા નથી, પરંતુ જીવન માં કરેલ પ્રયત્નો અને યોગ્ય માર્ગદર્શન પણ બની શકે. તમે તમારી મહેનત અને ઈરાદા દ્વારા પ્રાપ્ત કરેલી સફળતા ને જ્યારે ઊંચી સપાટી માં જોઈ રહ્યા છો, ત્યારે તમે સાક્ષાત્કાર કરી શકો છો કે દરેક નિષ્ફળતા અને સમસ્યા ના પાછળ નો એક માર્ગ છે.

* આવનારા દિવસે :

આ પુસ્તક ને લખવું મારા જીવન નું એક મોટું ધ્યેય હતું, જે માં અનુભવો, પાઠો અને અનુભવો ને શેર કરીને અન્ય લોકો ને પ્રેરણા આપવા માટે વિચાર્યું હતું. તમારું આભાર! તમારા સમક્ષ આ અનુભવ રજૂ કરવાનો આક્રોશિત મંચ છે, જેમાં હું માનું છું કે તમારા સપના, તમારી મહેનત અને તમારી

લાગણીઓ નું કોઈ ભંડાર નથી.

અંતે, હું જણાવવા માંગું છું કે જે જીવન માં સફળતા નો તાજ મેળવવા માટે નિષ્ફળતા અને પડકારો નો સામનો કરે છે, તે વ્યક્તિ હંમેશા સાચી સફળતા ની પર્યાય માં રહેશે. જીવનના દરેક મોસમ માં સમર્થન શોધો, અને જો તમને શક્ય હોય, તો પોતાને આગળ વધવા માટે ઈરાદો રાખો.

આભાર!

આ પુસ્તક વાંચવા બદલ અને મારા વિચારો ને શેર કરવા માટે નો સમય આપવાથી તમારું દિલ થી આભાર. જ્યારે તમે તમારી સફળતા નો ઉત્સવ ઉજવશો, ત્યારે હું તમારી સાથે રહેવાની આશા રાખું છું.

ઉંઘ નથી રાત માં અને લોકો મારા સપનાંઓ ની વાત કરે
છે,

મારી આવડત વિશે વિચાર્યા વિના જ મારી ઓકાત નાં
અંદાજા લગાવ્યા કરે છે...

હજી નો નિક્ળ્યો છું " મુસાફર " બની ને " સફળતા ની શોધ
માં.."

લોકો અત્યાર થી જ મારી નિષ્ફળતાઓ ની વાત કરે છે...

લોકો શું વિચારશે એ પણ તમે વિચારશો તો લોકો શું
વિચારશે???

લોકો ને વિચારવા દયો જે વિચારવું હોય એ

તમે પણ મારી જેમ " મુસાફર" બની નિકળી જાવ

તમારી " સફળતા ની શોધ માં...."

આવનારાં પુસ્તકો વિશે ...

આ પુસ્તક "સફળતા ની શોધ માં" ને આગળ વધારતા, હું મારા વાંચકોએ ખૂબ જ ઉત્સાહિત થવા માટે લખવા માંગું છું કે આગળ શું આવનાર છે. મારા મનમાં ઘણી વિચારો છે, અને હું તેમની સંગ્રહિતતા માંથી કેટલાક મુખ્ય વિષયોને તમારી સાથે વહેંચવા ઈચ્છું છું. આ પુસ્તકો, જે "મુસાફર" ની માનસિકતા અને જીવનની ભવ્યતા ઓ ને ઉજાગર કરે છે, તેમને હું મસ્તી અને લાગણીઓ સાથે લખવા પ્રયાસ કરીશ.

1. જીવતી લાશ - "મજબૂર મુસાફર ની વાત"

આ પુસ્તકમાં, હું એક એવા મુસાફરનું જીવન દર્શાવું છું, જે જીવનના સંઘર્ષો માંથી પસાર થાય છે, પરંતુ માનસિક રીતે એક લાશ સમાન અનુભવે છે. આ કથા જીવંત રહેવાના જિદ વિશે છે, જેના દ્વારા લોકોના ચિંતનને બદલવા અને જીવનની કઠણાઈ ઓ નો સામનો કરવામાં મદદ કરશે.

આ પુસ્તકો માટેની આ યાત્રા એક માર્ગદર્શિકા છે, જે દરેક માટે પ્રેરણાદાયક બને. "મુસાફર" ના રૂપમાં, હું આશા રાખું છું કે તમે મારું લખાણ વાંચતા રહેશો અને દરેક પુસ્તકથી નવા વિચારો અને લાગણીઓ સાથે પ્રેરણા મેળવો.

વધુ આવનારા પુસ્તક " જીવતી લાશ" માં....